മാൻ ഓഫ് ദി മാച്ച്

man of the match
stories

•

sajini s

•

first chintha edition
september 2015

•

typesetting & published
chintha publishers, thiruvananthapuram

•

•

cover
ambeesh

•

വിതരണം

ദേശാഭിമാനി ബുക്ക് ഹൗസ്

H O തിരുവനന്തപുരം-695 035
phone: 0471-2303026, 6063026
www.chinthapublishers.com
chinthapublishers@gmail.com

ബ്രാഞ്ചുകൾ

ഹെഡ്ഡാഫീസ് ബ്രാഞ്ച് കുന്നുകുഴി • സ്റ്റാച്യു തിരുവനന്തപുരം • കെ എസ്
ആർ ടി സി ബസ് സ്റ്റേഷൻ ആലപ്പുഴ • കെ എസ് ആർ ടി സി ബസ്
സ്റ്റേഷൻ എറണാകുളം • ചിറ്റൂർ റോഡ് എറണാകുളം • മച്ചിങ്ങൽ ലെയ്ൻ
തൃശൂർ • ഐ ജി റോഡ് കോഴിക്കോട് • മാവൂർ റോഡ് കോഴിക്കോട് • എൻ
ജി ഒ യൂണിയൻ ബിൽഡിങ് കണ്ണൂർ • സെൻട്രൽ ബസ് ടെർമിനൽ
കോംപ്ലക്സ് താവക്കര കണ്ണൂർ

CO - 2243 / 3723

മാൻ ഓഫ് ദി മാച്ച്

(കഥകൾ)

സജിനി എസ്

ചിന്ത പബ്ലിഷേഴ്സ്
തിരുവനന്തപുരം-695 035

സജിനി എസ്

സെക്രട്ടേറിയറ്റിൽ അഡീഷണൽ സെക്രട്ടറി. ഇപ്പോൾ കേരള സംസ്ഥാന ഉന്നത വിദ്യാഭ്യാസ കൗൺസിലിലെ രജിസ്ട്രാറായി ഡെപ്യൂട്ടേഷനിൽ ജോലി ചെയ്യുന്നു.

കൃതികൾ: *സാൻ ആൻ‍ഡ്രിയാസിലെ പടയാളികൾ* (ചെ റുകഥാ സമാഹാരം), *ഓർമ്മക്കൂട്ട്* (ഓർമ്മ, അനുഭവം) *സ്വാത്ത് താഴ്‍വരയിലെ ചോളപ്പൂവ്: ബാബു രാഗലയവുമായി ചേർന്നെഴുതിയത്* (മലാലയുടെ ഡയറിക്കുറിപ്പുകൾ)

അവാർഡുകൾ: 2007 ലെ കേസരി പുരസ്കാരം, 2012 ലെ പ്രവാസി ശബ്ദം, 2015 ലെ ബാലകൃഷ്ണൻ മാങ്ങാട്, 2015 ലെ തകഴി കഥാപുരസ്കാരം.

ഭർത്താവ്	:	ബാബു രാഗലയം
മക്കൾ	:	യദുരാഗ്, ശ്രീരാഗ്
അഡ്രസ്	:	രാഗലയം, നന്മനഗർ – 62
		കുടപ്പനക്കുന്ന് പി ഒ
		തിരുവനന്തപുരം – 695 043
ഫോൺ നമ്പർ	:	93886 23438, 9497454203
E-mail	:	sreesajini@gmail.com

ഉള്ളടക്കം

ജീവിതയാത്രയിൽ കണ്ടുമുട്ടിയ
എല്ലാ കഥാപാത്രങ്ങൾക്കും
പാതിവഴിയിൽ എന്നെ തനിച്ചാക്കി
മൺമറഞ്ഞുപോയ എന്റെ കുഞ്ഞനിയന്....
കഥാവശേഷനായ അച്ഛന്.....

പ്രസാധകക്കുറിപ്പ്

സജിനിയുടെ കഥകൾക്ക് മഞ്ഞിൻകണങ്ങളുടെ സുഖക രമായ തണുപ്പല്ല ജീവിതസത്യത്തിന്റെ കനൽച്ചൂടാണ്. പെൺജീവിതം പൊതു ജീവിതത്തിനുള്ളിൽ വേറിട്ടുതന്നെ നില്ക്കുന്നുവോ? നമുക്ക് തർക്കിക്കാം. എന്നാൽ സജിനി യുടെ പെൺകഥാപാത്രങ്ങൾ വേറിട്ടു നില്ക്കുന്നവരാണ്. ആൺകോയ്മയുടെ ഭൂമികയിൽ വേറിട്ടല്ലാതെ സ്വന്തം സത്തയിൽ അഭിമാനിക്കുന്ന ഒരു പെണ്ണിനു നില്ക്കാനാ കുമോ? ഒരുതരം കുതറൽ ഈ കഥകളിൽ ദർശിക്കാം. വായനയുടെ സൂക്ഷ്മത ഈ കഥകൾ ആവശ്യപ്പെടുന്നു. ചില കഥകൾ ഒരിക്കൽക്കൂടി വായിക്കേണ്ടിവരും കവിത കൾപോലെ. സജിനി എന്ന എഴുത്തുകാരിയെ വേറിട്ട താക്കുന്നത് ധീരമായ ആഖ്യാന ചാരുതയാണ്. ഇതിനകം നിരവധി പുരസ്കാരങ്ങൾ കരസ്ഥമാക്കിയ സജിനിയുടെ *മാൻ ഓഫ് ദി മാച്ച്* എന്ന കഥാസമാഹാരത്തിന്റെ ചിന്ത പതിപ്പിറക്കാനായതിൽ ഞങ്ങൾക്ക് സന്തോഷമുണ്ട്.

ചിന്ത പബ്ലിഷേഴ്സ്

കഥയിലെ സാക്ഷിമൊഴി

അശോകൻ ചരുവിൽ

കഥ എല്ലായ്പ്പോഴും ഉണ്ടായിക്കൊണ്ടിരിക്കുന്നു എന്നും അതു പകർത്തിയെടുക്കാൻ കഥാകൃത്ത് ജാഗ്രത്താവുന്ന സമയമാണ് രചന യുടേത് എന്നും പറയാറുണ്ട്. എന്നുവച്ചാൽ അവിരാമമായ ജീവിതചക്ര ത്തിനിടയിലെ ഒന്നും കഥയ്ക്കു അന്യമല്ല. ഏതു സംഗതിയാണ് കഥയ്ക്ക് വിഷയീഭവിക്കുക എന്നത് കഥാകൃത്തിന്റെ മനോനില അനു സരിച്ചായിരിക്കും. അയാൾ ആത്മാവിൽ തട്ടിയാണ് ആ അനുഭവത്തെ ഉൾക്കൊള്ളുന്നതെങ്കിൽ കഥ നന്നാവും.

ആത്മാവിൽക്കൊണ്ട അനുഭവങ്ങളാണ് ഈ സമാഹാരത്തിലെ കഥ കളിൽ ഉള്ളത്. സൂക്ഷ്മമായ ജീവിത നിരീക്ഷണങ്ങളാണ് ഈ കഥക ളുടെ പൊതുഗുണം. സംഭവങ്ങളുടെ വലുപ്പമോ, വാർത്താമൂല്യമോ അല്ല ഈ അനുഭവങ്ങൾ കഥയാകുന്നതിന് കാരണം. അനുഭവങ്ങൾക്കുമുന്നിൽ നില്ക്കുന്ന നിസ്സഹായനായ മനുഷ്യജീവിയുടെ ആത്മവിലാപങ്ങളാണ് ഇവ.

'വേദനകൾ ഉണ്ടാവുന്നത്' എന്ന കഥയിലെ ഡോക്ടറെ കാത്തിരി ക്കുന്ന രോഗിയെ ശ്രദ്ധിക്കുക. കഥാന്ത്യത്തിൽ ഡോക്ടർ കൊല്ലപ്പെടു ന്നുണ്ട്. പക്ഷേ, ആ സംഭവമല്ല കഥയുടെ മുഖ്യവിഷയം. കാത്തിരിക്കുന്ന രോഗിയുടെ മാനസിക വിഹലതകളാണ്. ചുറ്റുമുള്ള ലോകം - "മഞ്ഞ ലിപ്പു ബാധിച്ച തോട്ടികളും, നഗരത്തിന്റെ പൗരാണികതയ്ക്കു നേർക്ക് നോക്കുകുത്തികളായിരിക്കുന്ന യാചകരും നിറഞ്ഞ നഗരക്കാഴ്ച" അവൾക്ക് വേദനയുണ്ടാക്കുന്നു. ചുറ്റും കാണുന്ന ആ ലോകംതന്നെ ഡോക്ടറെ മരണത്തിലേക്കു വിളിച്ചിറക്കിക്കൊണ്ടുപോകുന്നു.

തികച്ചും സാധാരണമായ ജീവിതയാഥാർത്ഥ്യങ്ങളിലൂടെ ഭൂമിയെ അറിയിക്കാതെ നടന്നുപോകുന്ന 'ഞാൻ' എന്ന കഥാപാത്രം ഒട്ടുമിക്ക

കഥകളിലും ഉണ്ട്. മിക്കപ്പോഴും ഏകാന്തതയുടെ ലോകത്താണ് ഈ കഥാപാത്രം. അപൂർവ്വം ചിലപ്പോൾ - ബെൻ മാത്യുവെപ്പോലെ- ഒരാൾ സഹയാത്രികനായി ഉണ്ട്. ഈ ഞാൻ കഥ പറയുന്ന ആളും കഥാപാ ത്രവും ഇടകലർന്നുണ്ടായ ഒരു സാക്ഷിയാണ്. വർത്തമാനകാലത്തിന്റെ തീവ്രലോകത്തിലൂടെയും ഈ സാക്ഷി കടന്നുപോകുന്നുണ്ട്. യാത്രയ്ക്കി ടയിൽ— വഴിവക്കിൽ, തീവണ്ടിമുറിയിൽ കേൾക്കുന്ന ചില സംഭാഷണ ശകലങ്ങളിലൂടെ, അശ്രദ്ധമായ ചില ജാലകക്കാഴ്ചയിലൂടെ സംഭവങ്ങ ളുടെ ഭീകരത കഥകളിലേക്ക് ചിലപ്പോൾ വലിച്ചെറിയപ്പെടുന്നുണ്ട്. 'ഭര ണങ്ങാനത്തേക്കുള്ള വണ്ടിയിൽ'വെച്ചു കാണുന്ന സ്ത്രീയും പെൺകു ട്ടിയും. പതിനഞ്ചുവയസ്സുള്ള മാനസിക വിഷമമുള്ള പെൺകുട്ടിയെ സാക്ഷി നോക്കുമ്പോൾത്തന്നെ നമ്മുടെ കാലം മനസ്സിലേക്ക് കയറിവന്നു മുറിവേല്പിക്കുന്നു. കാലത്തിന്റെ രൗദ്രഭാവം കൊണ്ടാണോ കഥയുടെ കരവിരുതുകൊണ്ടാണോ ഇതെന്നു മാത്രമേ തീരുമാനിക്കാനുള്ളൂ.

അനുഭവങ്ങൾ കാണുന്ന സാക്ഷിയായ കഥാപാത്രം സമകാലിക സ്ത്രീയാണ്, അതുകൊണ്ട് കാണുന്ന ലോകത്തേക്കാൾ പൊള്ളുന്ന യാഥാർത്ഥ്യമായി കാഴ്ചക്കാരി മാറുന്നു. മുമ്പും കഥകളിൽ കാഴ്ചക്കാ രിയുടെ സാന്നിദ്ധ്യം ഉണ്ടായിട്ടുണ്ട്. പക്ഷേ, സ്ത്രീശരീരത്തിലെ പുരു ഷക്കാഴ്ചകളാണ് വെളിപ്പെട്ടിരുന്നത്. ഇവിടെ പുരുഷൻ എന്നാൽ നില നില്ക്കുന്ന സാമൂഹിക വ്യവസ്ഥയുടെ അധിപൻ എന്നാണ് വിവക്ഷ. സാംസ്കാരിക വ്യവസ്ഥയുടെയും. അടുത്ത കാലത്താണ് 'സ്ത്രീനോട്ട ങ്ങൾ' സാഹിത്യത്തിലേക്കു കടന്നുവരുന്നത് (സ്ത്രീ നോക്കുമ്പോൾ സമൂഹം അശ്ലീലമാവുന്നു എന്ന് ചില സാംസ്കാരിക നായകന്മാർ കണ്ടെ ത്തിയിട്ടുണ്ട്). കരയ്ക്കുകയറിനിന്ന് വെള്ളത്തിന്റെ തണുപ്പിനെക്കുറിച്ചു പറയാം. ഒരിക്കലും വിശക്കാതെ വിശപ്പിനെക്കുറിച്ചെഴുതാം. ദളിതനോടും സ്ത്രീയോടും കാരുണ്യം പ്രഖ്യാപിക്കുന്ന ഒരുപാട് രചനകൾ ഉണ്ടായി ട്ടുണ്ട്. അലങ്കാരങ്ങൾ റെഡിമെയ്ഡായി ഉള്ളതുകൊണ്ട് അവയെ സാഹി ത്യമാക്കാൻ പ്രയാസമില്ല. എന്നാൽ വിശക്കുന്നവൻ കാണുന്ന വിശപ്പ് വെറും കാഴ്ചയല്ല, ദർശനമാണ്.

ഒട്ടും ചായം പുരട്ടാതെയാണ് ഇവിടെ ജീവിതവും അതിലെ കഥാ പാത്രങ്ങളും കടന്നുവരുന്നത്. മുഴക്കമോ ബഹളമോ തെല്ലുമില്ല. പതിഞ്ഞ കാൽവെപ്പുകൾ. ഇളംകാറ്റിന്റെ ചെറിയൊരു ഈണമാണുള്ളത്. "കാറ്റി ലിളകുന്ന നെല്ലോലകൾക്കിടയിലേക്ക് ചെങ്കൽ നിറത്തിൽ സന്ധ്യ ഒഴു കിയെത്തുന്നതു" പോലെ. ഭൂമിയിൽ നിലയുറപ്പിക്കുന്ന പ്രതീകങ്ങളാണ് ഉപയോഗിക്കുന്നത്. മരണത്തെ വിളിച്ചറിയിക്കുന്നത് ഇങ്ങനെയാണ്: "ഊഞ്ഞാലിന്റെ കയർ ആരോ മുറിച്ചുമാറ്റി. മൂവാണ്ടൻമാവ് പ്രതീക്ഷ യോടെ കാത്തുനിന്നു" (അമ്മ). പക്ഷേ, വായിക്കുന്നവന്റെ മനസ്സിൽ ഒരു വൻമരം നിലംപതിക്കും.

കഥ പറയുന്ന സാക്ഷി ഒരു പ്രൊഫഷണൽ സാക്ഷിയാവുന്ന ഒരു കഥ ഇതിലുണ്ട്. 'ഹിജഡകൾ'. ഇവിടെ കഥാപാത്രം സാധാരണക്കാരി

യല്ല. പത്രപ്രവർത്തകയാണ്. കൈയിൽ ക്യാമറയും ഉണ്ട്. കാഴ്ചകൾ അപ്പപ്പോൾ രേഖപ്പെടുത്തുന്നു. പക്ഷേ, ക്യാമറയിലൂടെ കടന്നുചെല്ലുന്ന നോട്ടം ഇവിടെയും വ്യത്യസ്തമാണ്. പത്രപ്രവർത്തകയുടെ ഉൽക്ക ണ്ഠയും താല്പര്യവും ഓർമ്മകുശലതയുംകൊണ്ടല്ല, ഒരു സ്ത്രീയുടെ രണ്ടാംകിട ജന്മവും കൊണ്ടാണ് ഉമാ ജയദേവൻ സെക്സ് വർക്കേ ഴ്സിന്റെ സമ്മേളനത്തിനു പോകുന്നത്. രണ്ടാംകിട ജന്മത്തെ ഒരനുഭവ ത്തിലൂടെ വെളിവാക്കുന്നുണ്ട്. ഭർത്താവിന്റെ സമയബോധമില്ലാത്ത 'പ്രേമ വികൃതി' ക്ക് നിരുപാധികം വഴങ്ങിയശേഷം എഴുത്തുമേശയിലേക്കു പോകുന്നവളാണ് ഇതിലെ ഭാര്യ. ക്യാമറയിൽ പതിയുന്ന കാഴ്ചകളിൽ തന്റെ സ്വപ്നങ്ങൾ ഉൾപ്പെടുന്നില്ല എന്ന് ഈ കഥാപാത്രം തിരിച്ചറി യുന്നു.

ധാരാളം കഥകൾ ഉണ്ടാവുന്ന കാലമാണ് ഇത്. പക്ഷേ, അവ പലതും ചുറ്റുമുള്ള ജീവിതത്തെയല്ല കാണുന്നത്. അകംപുറം വേവുന്ന മനുഷ്യാ നുഭവങ്ങളിലേക്കു കടക്കാനുള്ള താക്കോൽ കഥാകൃത്തുക്കൾക്കു നഷ്ട പ്പെട്ടിരിക്കുന്നു. മനുഷ്യർ കഥ വായിച്ച് ഇതാണോ അനുഭവം എന്നു ചോദിക്കുന്നു. അതുകൊണ്ട് അടുത്തകാലത്ത് കഥയ്ക്കുപകരം അനു ഭവം – സാധാരണ മനുഷ്യരുടെ ആത്മകഥകൾ – പത്രപംക്തികൾ കൈയടക്കാൻ തുടങ്ങി. സത്യത്തിന്റെ മുഖാമുഖ ദർശനം വായനക്കാർ ആഗ്രഹിക്കുന്നുണ്ട്. കഥകൾ അതിന്റെ കൃത്രിമ സൗന്ദര്യംകൊണ്ട് അനു ഭവങ്ങളെ മറച്ചുപിടിക്കുന്നതായി ചില വായനക്കാരെങ്കിലും ശങ്കിക്കുന്നു.

അപ്പോഴാണ് ജീവിതത്തിന്റെ കാഴ്ചകളുമായി സജിനി കഥയെഴു തുന്നത്. ജീവിതത്തെ തിരിച്ചുപിടിക്കാനുള്ള കഥയുടെ പരിശ്രമത്തിൽ ഈ സമാഹാരം മുതൽക്കൂട്ടാകും എന്നതിൽ സംശയമില്ല. കൂടുതൽ എഴുതാനും യാഥാർത്ഥ്യത്തിന്റെ മറുപുറം കാണാനും ഈ കഥാകൃത്തിന് കഴിയും എന്ന് ഈ പുസ്തകം പ്രഖ്യാപിക്കുന്നു.

ഹിജഡകൾ

ഒരു പേരിലെന്തിരിക്കുന്നു എന്നൊന്നും ചോദിച്ചേക്കരുത്. പേരിൽത്തന്നെ തുടങ്ങട്ടെ. ഉമാ ജയദേവൻ. ചുരുക്കപ്പേര് ഉമ. അവൾ നഗരത്തിലെ ഒരു ലീഡിങ് പത്രത്തിന്റെ പ്രവർത്തകയും ഒരു പരമ്പരാ ഗത വീട്ടമ്മയും സർവ്വോപരി ഇന്നത്തെ ഒരു രീതിയിൽ പറഞ്ഞാൽ നല്ല ശരീരഭാഷയുള്ളവളുമാകുന്നു. പെണ്ണെഴുത്തിന്റെ അറുമുഷിപ്പൻ പിന്നാമ്പുറങ്ങളിലേക്ക് ഒതുങ്ങിപ്പോകാത്തവൾ ഉമ. ഇവൾ അടുക്കള യിലെ കുണ്ടാമണ്ടി സാധനങ്ങളിലൂടെ കുഴമറിച്ചിൽ നടത്തുകയും തനി റൊമാന്റിക്കായ ജയദേവന്റെ പുലർച്ചയെന്നോ ഉച്ചയെന്നോ ഉള്ള സമയ നിഷ്ഠ പാലിക്കാത്ത പ്രേമവികൃതികൾക്ക് കണ്ണുകളടച്ച് നിന്നുകൊടു ക്കുകയും ചെയ്തിട്ടേ എഴുത്തുമേശയ്ക്കരികിൽ എത്താറുള്ളൂ എന്നത് പകൽപോലെ യാഥാർത്ഥ്യം. പക്ഷേ, അതുകൊണ്ട് എഴുത്തിന് ഒരു ദോഷവും ഇന്നേവരെ സംഭവിച്ചിട്ടില്ല എന്നതും യാഥാർത്ഥ്യം.

ഉമയുടെ എഴുത്തുപോലെത്തന്നെ വിചിത്രങ്ങളായിരുന്നു അവളുടെ മോഹങ്ങളും. ഇപ്പോൾത്തന്നെ അവളുടെ ഒരു മോഹമറിഞ്ഞാൽ ഏവരും മൂക്കത്ത് വിരൽവച്ചുപോകും. ഒരു ഹിജഡയെ ഒന്നു തൊട്ടുനോക്കുക, അത്രേയുള്ളൂ. മറ്റുചില മോഹങ്ങൾ എണ്ണമിട്ടു പറഞ്ഞാൽ ഏതാണ്ടിതു പോലെ. ഒരു ദിവസമെങ്കിലും ഒരു ഭർത്താവായി മാറി, സ്ത്രീവിമോചന ക്കാർ വീമ്പിളക്കുന്നതുപോലെ കുടുംബം എന്ന പ്രസ്ഥാനത്തെ ഒന്നു തകിടം മറിക്കണം എന്നുള്ള മോഹം; ഒരു ദിനോസർകുട്ടിയെ ഒന്നോമ നിക്കുക എന്ന മറ്റൊരു മോഹം; പാതിരാ സീരിയലിലെ യക്ഷിനായിക യെപ്പോലെ മുടിയഴിച്ചിട്ട് മദാലസയായി ജനാലവഴി വന്ന് മറ്റാരുമറിയാതെ ഇഷ്ടപ്പെട്ട ഒരാളെ പ്രണയിച്ച് പ്രണയിച്ച് ആണിയാൽ തളയ്ക്കപ്പെടാതെ പ്രണയിനിയായിത്തന്നെ വാഴുക.... ഇതാണ് മോഹപ്പട്ടികയിലെ ഇനങ്ങൾ.

"ഇതിപ്പോ ഒരു ഹിജഡയെ കാണുക എന്ന മോഹം ഉണ്ടെന്ന്ച്ചാ മുംബൈയിലോ കൊൽക്കത്തയിലോ നീയൊന്ന് വന്നാപ്പോരേ" എന്ന് ഉമയുടെ മുംബൈയിലെ കസിൻ ശില്പ പറഞ്ഞേക്കാം. പണ്ടും ശില്പ ഹിജഡയെക്കുറിച്ച് പറഞ്ഞിട്ടുണ്ടല്ലോ, "അതുങ്ങള് ഗോഷ്ടി കാട്ടി മനു ഷേരെ പേടിപ്പിക്കും. ജന്തുക്കള്, – ഇനിക്കത്ങ്ങളെ കണ്ടൂടാ, അർപ്പാ."

മാധവിക്കുട്ടീടെ കഥകളിലെ ഹിജഡകളെ ഉമ ഏറെനേരം സങ്കല്പിച്ച് നോക്കീട്ടുണ്ട്. ഉമയുടെ സാങ്കല്പിക ഹിജഡകൾ മൂക്കിൽ വളയമണിഞ്ഞ് മുട്ടുമറയുന്ന പാവാട ചുഴറ്റി, വസൂരിക്കല പടർന്ന മുഖം കോട്ടി, തുത്തനാകത്തകിടുകളിൽ താളം ചവിട്ടുന്നവരാണ്. അവൾ അവ രുടെ മനസ്സിന്റെ തുത്തനാകത്തകിടുകളിൽ എത്രയോവട്ടം ചെകിടടപ്പി ക്കുന്ന താളം മുഴക്കിയിട്ടുണ്ട്. മുറുക്കാൻ ചുവപ്പണിഞ്ഞ ചുണ്ടുകൾക്കി ടയിലൂടെ പുകയൂതിവിട്ട് കറപിടിച്ച പല്ലുകൾ കാട്ടി ചിരിഗോഷ്ടി നടത്തി ഉമയുടെ സ്വപ്നങ്ങളിൽ ഭീതി നിറച്ചിട്ടുണ്ട്. കുട്ടികൾ ഡ്രാക്കുള വായിച്ച് പേടിച്ച് പേടിച്ച് പുസ്തകമടച്ചുവയ്ക്കുകയും എന്നാൽ വീണ്ടും രസം തോന്നി വായന തുടരുകയും ചെയ്യുന്നതുപോലെ ഉമയ്ക്കും ഹിജഡയെ ഒന്നു കണ്ട് പേടിക്കുവാൻ തോന്നാറുണ്ട്. അത്തരം ഒരു ഹിജഡയെ യല്ല; കുറെ എണ്ണത്തിനെ ഇതാ ഒരു സെക്സ് വർക്കേഴ്സ് സമ്മേളന ത്തിൽ ഉമ നേരിൽ കാണാൻ പോകുന്നു. വേണമെങ്കിൽ ഉമയ്ക്ക് അവരെ ഒന്നു തൊട്ടുനോക്കാനും സാധിച്ചേക്കും. ഒരു കണക്കിന് സമ്മേളനം കവർ ചെയ്യാൻ ഉമ തന്നെ പോകണമെന്ന പത്രാധിപരുടെ വാശി ആദ്യം ഉമയെ ചൊടിപ്പിച്ചെങ്കിലും ഇപ്പോൾ നല്ലതിനെന്നുതന്നെ ഉമ കരുതി, "കാര്യങ്ങടെ ഒരു പോക്കേ. ഓർക്കാപ്പുറത്താ ഓരോരോ അനുഭവങ്ങള് വന്ന് ചാടണത്."

"ആട്ടെ ഉമേടെകൂടെ ജയദേവനും വര്വോ സമ്മേളനസ്ഥലത്ത്?" സുജാതാകൃഷ്ണൻ എന്ന സബ് എഡിറ്ററുടെ പാതി കാണാവുന്ന അടി വയറ്റിലേക്ക് ഒന്ന് പാളി നോക്കി അനിൽ എന്ന മറ്റൊരു സബ് എഡിറ്റർ ഒരു വെറും ലോഹ്യ ചോദ്യം ഉമയോടു ചോദിച്ചു.

"ചെലപ്പം പുള്ളിക്കാരനേം കൂട്ടും – ജോലിത്തെരക്കാണെങ്കി ഒറ്റയ്ക്ക് പോകും എന്തേ?"

"ഉമ ഒറ്റയ്ക്കൊന്നും പോവണ്ട – ആർടെ സമ്മേളനാ നടക്കണേന്ന റിയാല്ലോ – താൻ പത്രപ്രവർത്തകയാന്നൊന്നും ആരും കർതില്ല. അവ്ടെ വെച്ച് കണ്ടിട്ട് സിറ്റീല് നടക്കുമ്പം ചെലവമ്മാര് പിന്നാലെ കൂടും."

അനിലിന്റെ സദാചാരബോധം സടകുടഞ്ഞാണെണീറ്റത്.

"ന്നാ പിന്നെ ഒറ്റയ്ക്ക് തന്ന്യേ പോണ്ള്ളൂ ഇന്റെരു വാശ്യാ അത്, നോക്കാലോ പിന്നാലെ വര്വോന്ന്."

"എന്റ്നിലേ തനിക്ക് വേറെ പണ്യ്യാന്നുല്ലേ, എന്തിനാ ധീരവനിതക ളോട് തർക്കിക്കണെ."

സുജാത അനിലിന് ഒരു രഹസ്യ പിന്തുണ നല്കി. ഉമയെ ഒന്നു കുടഞ്ഞതാണെന്ന് അവൾക്ക് മനസ്സിലായി. അല്ലെങ്കിലും സുജാത അങ്ങ

നെയാണ്. തനി കുറുമ്പുകാരി, സാദാ പെണ്ണ്. ഉമയിപ്പോ, "രാഷ്ട്രീയ
ത്തിലെ കീറിയ ഉടുപ്പുകൾ" എന്നോ മറ്റോ തലവാചകത്തിൽ പൊതിഞ്ഞ്
ഗ്രൂപ്പുകളിയെ തൊട്ടൊരു ലേഖനമെഴുതിയാൽ സുജാതയുടെ വീര്യം
ഇരട്ടിച്ച് ഇരട്ടിച്ച് അവൾ രോഷംകൊള്ളുകയും എല്ലാ രാഷ്ട്രീയക്കാരും
ഒരേ തരക്കാർ എന്നോ മറ്റോ സ്ഥാപിച്ചെടുക്കുകയും ഗ്രൂപ്പില്ലെങ്കിൽ
പിന്നെന്തു രാഷ്ട്രീയം എന്ന് മുക്രയിടുകയും ചെയ്യും. പക്ഷേ, 'ജോർജ്
ബുഷിന്റെ നുണ ബോംബുകൾ' എന്ന ഉമയുടെ ലേഖനം സുജാതയ്ക്ക്
ഇഷ്ടപ്പെടുകതന്നെ ചെയ്തു എന്ന് അവൾ ഉമയോട് തുറന്നു പറഞ്ഞി
രുന്നതുകൊണ്ട് ഉമയ്ക്ക് സുജാതയെ പിണക്കാനും വയ്യ. എന്നാലും
ഉമയ്ക്ക് സുജാതയോട് ഒരിഷ്ടക്കേട് കലശലായിത്തോന്നി. ഉമ ക്യാബി
നുള്ളിലാകെ ആ ഇഷ്ടക്കേട് വിതറി. പിന്നെ സമ്മേളനത്തിന്റെ പ്രധാന
സംഘാടകരിൽ ഒരാളായ ആർ പി സുകുമാരൻ എന്ന സുഹൃത്തിനെ
ഫോണിൽ വിളിച്ച് സമ്മേളനത്തിന് ഹിജഡകളും എത്തുമെന്ന കാര്യം
സൂത്രത്തിൽ ഉറപ്പുവരുത്തി.

"ഇന്റെ ഉമേ നിന്റെയൊരു കാര്യം. നെനക്ക് സമ്മേളനല്ലേ വലുത്.
സെക്സ് വർക്കേഴ്സിന് ഒരു നൂറുകൂട്ടം അജണ്ഡ്യാ ഉള്ളത്. അതിന്റേലോ
നിന്റെയൊരു ഹിജഡ. മുംബെലാർന്നപ്പം ഞാനിത്ങ്ങളെ കൊറെ കണ്ടിട്ട്ണ്ട്
– ഇനിക്ക് ഇവറ്റകളെ കണ്ടൂടാ, എന്തായാലും വരുംന്നുറപ്പാ."

"പിന്നെ ഉമേ ഞാനീ പറഞ്ഞതൊന്നും നീ ആരോടും പറഞ്ഞേക്ക
രുത്" ഉമ മറുപടി പറയുന്നതിനുമുമ്പെ ആർ പി ഫോൺ താഴെ വെച്ചു.

ഉമ സമ്മേളന നഗറിലെത്തിയപ്പോൾ അവിടമാകെ സാംസ്കാരിക
നായകന്മാർ. അതിൽ കുറച്ച് നായകന്മാർക്ക് ഉമയെ അറിയാമെങ്കിലും
അവരൊക്കെ അവളെ കണ്ടില്ലെന്ന് നടിച്ച് മലമറിക്കുന്ന ഭാവത്തിൽ നിന്നു.

"ഇവ്ടിപ്പം എന്താ ഇവ്രടെ ഡിമാന്റ്സ് ആർ പി. ജീവിതത്തിന്റെ
ട്രാക്കീന്നുതന്നെ വിട്ടോടുന്ന വണ്ടിക്ക് ഏതുനേരവും ദുരന്തം പ്രതീക്ഷി
ക്കാലോ. അത്നിപ്പം എന്താ ഒരു പ്രതിവിധി?" ഇടയ്ക്ക് സൗകര്യം
കിട്ടിയപ്പോൾ ഉമ ആർ പി യെ പിടിച്ചുനിർത്തി ചോദിച്ചു.

"സംഗതിയിപ്പം എനിക്കും നിശ്ചയല്ല്യ. പിന്നെ പറയാം." ആർ പി
ഒരു കഥാകൃത്തിനെ കണ്ട് തിരക്കിട്ട് അങ്ങോട്ടോടി.

പണിമുടക്കിൽ പങ്കെടുത്ത് സമരപ്പന്തലിലിരുന്ന സർക്കാർ ജീവന
ക്കാരികളുടെ തുടകൾക്കിടയിലേക്ക് കാമം ഒഴുകിയെത്തി എന്നൊക്കെ
എഴുതിയ കഥാകൃത്ത് വേശ്യാത്തൊഴിലാളികളെ പിന്തുണയ്ക്കാ
നെത്തിയതിലെ വൈചിത്ര്യമാണ് ഉമയ്ക്ക് പിടികിട്ടാതിരുന്നത്. ഏതെ
ങ്കിലുമൊന്നിനെക്കൊണ്ട് പുസ്തക പ്രകാശനം നടത്തിച്ച് മാർക്കറ്റിങ്
ഉറപ്പുവരുത്താനുള്ള തന്ത്രം? എസ്റ്റേറ്റ് മുതലാളിയാണ് ഈ കഥാകൃ
ത്തെന്ന് ജയദേവൻ പറഞ്ഞുകേട്ടിട്ടുണ്ട്. ഒന്നു നേരിട്ട് ചോദിച്ച് ഉറപ്പുവ
രുത്താനായി കഥാകൃത്തിനെ ഉമ അവിടെല്ലാം തെരഞ്ഞു. പക്ഷേ, ആൾ
സ്ഥലം വിട്ടിരിക്കുന്നു.

സ്റ്റേജിൽ ഒരു ദിവ്യപ്രണയത്തിന്റെ സ്വപ്ന നദിയാണ് നൃത്തരൂപ

ത്തിൽ ഒഴുകിയിറങ്ങുന്നത്. പ്രണയിനി കാമമേതുമില്ലാതെ വിഷാദാർദ്ര യായി അലിഞ്ഞൊഴുകുകയാണ് - ഒഴുകട്ടെ - ഉമ സാവധാനം നടന്ന് പരിസരം വീക്ഷിച്ച് മെല്ലെ പറഞ്ഞു, "വേശ്യകളെ നിങ്ങൾക്കൊരുത്സവം, നമോവാകം." ചിലരെല്ലാം ഉമയെ നോക്കി വെറുതെ പുഞ്ചിരിച്ചുകൊ ണ്ടേയിരുന്നു. എവിടെയും മൂക്കുത്തിത്തിളക്കങ്ങൾ. കാമശമിനികളുടെ മൗനമുദ്രിതങ്ങളായ പുഞ്ചിരികൾ. അടക്കം പറച്ചിലുകൾ. ഇടയ്ക്കെ പ്പോഴോ ഫിലോസഫിയിൽ ബിരുദാനന്തര ബിരുദക്കാരി നയൻതാര എന്ന വടക്കെ ഇന്ത്യൻ വേശ്യയുടെ വെള്ളാരങ്കല്ലിന്റെ കണ്ണുകൾ കണ്ടു ഉമ. കൊള്ളാം ഒരു മാജിക്കൽ ടച്ച്.

അവളുടെ അനായാസേനയുള്ള ഇംഗ്ലീഷ് ഉമയ്ക്ക് ഇഷ്ടപ്പെട്ടു. ദുപ്പ ട്ടയിൽ പാകിയ കണ്ണാടിച്ചില്ലുകളിൽ പിടപിടയ്ക്കുന്നത് അവളുടെ ഹൃദ യാംശങ്ങൾ ആണോ?

നയൻ എഴുതാനുള്ള വകകളാകെ വാരിവിതറുന്നതുപോലെ തോന്നി ഉമയ്ക്ക്. പക്ഷേ, ഉമ ഒന്നും എഴുതിയില്ല. നയന്റെ കഥ വായിച്ച് അങ്ങ നിപ്പം ആളുകൾ രസിക്കേണ്ട.

സ്വാതന്ത്ര്യസമര സേനാനിയായിരുന്ന അച്ഛന്റെ എല്ലുകൾ തേഞ്ഞു തീരുന്ന അസുഖവും കാമുകനൊപ്പം ഒളിച്ചോടിയ അമ്മയും കാശ്മീർ തീവ്രവാദവും നയനെ സംബന്ധിച്ച് ഒരേപോലെ നിസ്സംഗമാണെന്ന് അവ ളുടെ സംസാരത്തിൽനിന്നും ഉമ ഊഹിച്ചെടുത്തു. പൂത്തുലഞ്ഞ വാക പ്പൂക്കളുടെ നീല ശൃംഗത്തിലേക്ക് പളുങ്കൻ കണ്ണുകൾ എറിഞ്ഞു നിന്ന നയന്റെ ഒരൊറ്റ പോസ് മാത്രം ഉമ ക്യാമറയിലാക്കി. നയന്റെ ഭാവരഹി തമായ കണ്ണുകൾ വലുതാക്കി ഹിജഡകളുടെ ഫോട്ടോകൾക്കൊപ്പം പത്രാധിപരെ കാണിച്ച് അതിശയിപ്പിക്കണം - ഉമ കരുതി.

പുകയൂതിവിട്ട് പുകച്ചുരുളുകളിൽത്തന്നെ നോക്കിയിരിക്കുന്ന സംഘ ത്തിലും ഹിജഡയെ കണ്ടില്ല. വിളറിയ ചുണ്ടുകളിൽ പറ്റിപ്പിടിച്ചിരിക്കുന്ന സിഗരറ്റുതരികൾക്കിടയിലൂടെ ഗൂഢമായി ഇറങ്ങിത്തിരിക്കുന്ന ശബ്ദമി ല്ലാത്ത ചിരികളെ ഉമ പകുത്തുനോക്കി. ഇതിലേതെങ്കിലുമൊന്ന് ഒരു ഹിജഡയുടെ ചിരി? കടും തിളക്കങ്ങൾക്കകത്തെ നിറമില്ലായ്മയും നിർവ്വി കാരതയിൽ പതഞ്ഞ ഗാഢമായ മൗനവും ഉമയെ ഭയപ്പെടുത്തുകയും ശ്വാസം മുട്ടിക്കുകയും ചെയ്യവെ അവളുടെ മൊബൈലിൽ വയലറ്റ് രശ്മി കൾ ഊളിയിട്ട് മറിഞ്ഞു.

ജയദേവന്റെ വിളിയാണ്.

"എന്താ ഉമേ ഹിജഡേ കണ്ടുമതിയായില്ലേ, വേഗമിങ്ങു പോരെ. സിറ്റീല് ആകെ പ്രശ്നാ - മുഴോൻ പൊലീസാ. അതിന്റേടേലേക്കൊന്നും ക്യാമറേം കൊണ്ടു പോകല്ലെ ഉമേ. എല്ലാം രണ്ടുംകെട്ട് നടക്കല്ലേ." ഇത്രയും പറഞ്ഞ് ജയദേവൻ പരിഭ്രമത്തോടെ മൊബൈൽ ഓഫാക്കി. നഗരമാകെ ഒരു ഭ്രാന്തൻ കാറ്റ് ഉഴറി നടക്കുന്നുണ്ടെന്ന് ഉമ അറിഞ്ഞു. ഹിജഡയെ കാണാനാകാതെ മോഹഭംഗത്തോടെ ഉമ കാറ്റിനൊപ്പം തെരു വിലേക്കിറങ്ങി. ബാഗിൽനിന്നും പുറത്തെടുത്ത ക്യാമറ കൈയിലിരുന്ന്

ത്രസിക്കുന്നതുപോലെ തോന്നി അവൾക്ക്. തന്റെ മനസ്സിന്റെ നിയന്ത്ര
ണംപോലും ക്യാമറ കൈക്കലാക്കിയിരിക്കുന്നതുപോലെ രസം തോന്നി
ഉമയ്ക്ക്. മോഹങ്ങളെ ചോർത്തിയെടുക്കുന്ന ഒരു രഹസ്യയന്ത്രം ആരെ
ങ്കിലും കണ്ടുപിടിച്ചാലോ – അവൾ വെറുതെ ചിന്തിച്ചു. ആരോടും പറ
യാതെ താലോലിക്കുന്ന സ്വപ്നങ്ങളും മോഹങ്ങളുമൊക്കെ ചോർന്നുപോ
യാൽ പ്രണയവും സ്നേഹവുമൊക്കെ നഷ്ടപ്പെട്ട് ജീവിതം ശൂന്യമായി
പ്പോകുമെന്നോർത്ത് അവൾ വ്യാകുലപ്പെടവെ ആണ് പൊടുന്നനെ തുത്ത
നാകത്തകിടുകളിൽ താളം ചവിട്ടുമ്പോഴുള്ള ചെകിടടപ്പിക്കുന്ന ശബ്ദ
ത്തിലേക്ക് ഉമ കൂപ്പുകുത്തിയത്.

നഗരമാകെ ഹിജഡകൾ പെരുകിയിരിക്കുന്നു എന്ന് ആരോ ചെവി
യിൽ മന്ത്രിച്ചു. ഇത്രയും നേരം ഇവരെ കാണാനാകാത്തതെന്ത് എന്ന്
ക്യാമറക്കണ്ണുകളിൽ നോക്കി പരിഭവിച്ചതേയുള്ളൂ അവൾ; അപ്പോഴേക്കും
ഒരായിരം ഹിജഡകളുടെ കൈകളിലേക്ക് ഉമയും ക്യാമറയും എടുത്തെ
റിയപ്പെട്ടിരുന്നു.

മായക്കാഴ്ചകൾ

ഇപ്പോൾ കുമാരനെല്ലൂരെ സാദാ മഴ നനയുന്നത് ഞങ്ങൾക്കാകെ ഒരു ഹരമായി മാറിയിരിക്കുകയാണ്. എപ്പോഴാണ് ഈ ഹരം നഷ്ടമാ കുന്നത് എന്ന് അറിയാൻ പറ്റില്ലല്ലോ. അതുകൊണ്ടാണ് മഴയിലൂടെ നട ന്നുപോലും ഞങ്ങൾ, ഞാനും ബെൻ മാത്യുവും ഭൂമിമലയാളത്തിലെ കാര്യങ്ങളായ കാര്യങ്ങളെക്കുറിച്ചെല്ലാം ഇങ്ങനെ വിശകലനം ചെയ്യാറു ള്ളത്.

ഞാൻ പോപ്പിക്കുടയ്ക്കുള്ളിലേക്ക് ബെൻ മാത്യുവിനെ കൂടി ചേർത്തുനിർത്തി. ബെന്നിനെ എനിക്ക് സുഹൃത്തായി ലഭിച്ചത് ഈയ ടുത്ത കാലത്താണ്. ഒരാൺപെൺ സൗഹൃദത്തിനും ഉപരിയായി നിന്നു കൊണ്ട് ഏതു വിഷയവും സത്യസന്ധതയിലും ആഴത്തിലും നിരൂപണം ചെയ്യുന്നതിലുള്ള അയാളുടെ കഴിവ്, അതാണ് അയാളെ സുഹൃത്താ ക്കാൻ എന്നെ പ്രേരിപ്പിച്ചത്.

ഈ ബന്ധത്തിന്റെ അതൃപ്തികരമായ സ്വകാര്യതയിലേക്ക് അശു ഭകരമായ ഒന്നിന്റെയും പടം പൊഴിക്കാതിരിക്കുവാൻ ഞങ്ങൾ രണ്ടാളും പ്രത്യേകം ശ്രദ്ധിക്കാറുണ്ട്. കുമാരനെല്ലൂരെ പാലത്തിന്റെ കൈവരിയിൽ ചാരിനിന്ന്, താഴെ വെള്ളത്തിൽ മുങ്ങാംകുഴിയിടുന്ന ഗീവർഗ്ഗീസിന്റെ കൈകളിലേക്ക് ഏതുനേരവും ഒരു ജലകന്യകയുടെ സ്വർണ്ണമുടി കൊരു ത്തേക്കുമോ എന്ന ഉൽക്കണ്ഠയിൽ നിന്ന് പെട്ടെന്നുണർന്നാണ് ഞാൻ മറ്റൊരു സുഹൃത്ത് ഈയിടെ വിശദീകരിച്ചുതന്ന 'ഗോവർദ്ധനന്റെ യാത്ര കൾ' എന്ന കഥയിലെ ഗോവർദ്ധനനെ ചർച്ചയ്ക്കായി എടുത്തിട്ടത്. കൊല ക്കുരുക്ക് പാകമാകാത്ത കഴുത്തുണ്ട് എന്ന ഒറ്റ കാരണത്താൽ മരണശി ക്ഷയിൽ നിന്ന് രക്ഷപ്പെട്ടുപോകുന്ന കുറ്റവാളികളും അത്തരം കഴുത്ത്

മാത്രമുള്ളതിനാൽ മരണക്കുരുക്കിൽ അകപ്പെട്ടുപോകുന്ന നിരപരാധി കളായ ഗോവർദ്ധനന്മാരുമാണ് നമുക്ക് ചുറ്റുമുള്ളതെന്ന് ഞാൻ പറഞ്ഞ പ്പോൾ ബെൻ അയാൾക്ക് ഏറെ പ്രിയപ്പെട്ട ചരിത്രത്തിലേക്ക് പതിവു പോലെ കൂപ്പുകുത്തി.

പഞ്ചായത്ത് കിണറിന്റെ കന്മതിലിൽ ഞങ്ങൾ രണ്ടാളുമിരുന്നു. "ചതിയന്മാരില്ലാതെ ചരിത്രമില്ല" ബെൻ പറഞ്ഞുതുടങ്ങി. ഞാൻ അയാ ളുടെ കൈവിരലുകളുടെ ചലനങ്ങളിലേക്ക് മിഴിനട്ടു. അല്ലെങ്കിലും അയാൾ ചരിത്രത്തിലൂടെ നടന്നിറങ്ങുകയും ഹൃദയകുമ്പാരങ്ങളാണ് ചരിത്രഭൂമി യിലാകെ എന്ന് വിലപിക്കുകയും ചെയ്യാറുള്ളപ്പോഴൊക്കെ എന്നിലേ ക്കാകെ കടന്നുവരാറുള്ളത് ഹുമയൂണും ബാബറും ധാൻസിറാണിയും ഔറംഗസേബുമൊക്കെയായി കുറച്ചുപേർ മാത്രമായിരുന്നു. ഇവരിൽ കുറ ച്ചുപേരൊക്കെ പണ്ട്, കുന്നിൻമുകളിലെ സ്കൂളിലെ ഒമ്പതാംക്ലാസിൽ പഠിച്ചിരുന്ന ഓണക്കൂർ വർക്കിസാർ വഴി സ്വപ്നങ്ങളിൽ വന്നെന്നെ നിര ന്തരമായി പീഡിപ്പിച്ചു എന്നതൊഴിച്ചാൽ ചരിത്രം എനിക്കെന്നും അന്യ മായിരുന്നു. ഇങ്ങനെയുള്ള ഞാൻ എന്നും ബെന്നിന്റെ ചരിത്രബോധ ത്തിനു മുമ്പിൽ തോറ്റു തുന്നംപാടിക്കൊണ്ടേയിരുന്നു.

"ഈ ഗോവർദ്ധനന്മാരും ചരിത്രകാരന്മാരും ഭരണക്കാരുമൊക്കെ നമ്മുടെ പഞ്ചായത്ത് കിണറിന്റെ കന്മതിലിനുചുറ്റും നില്ക്കുന്നതായും ഇവരെല്ലാം ഒരു നിമിഷംകൊണ്ട് ഇടിഞ്ഞുതാഴുന്ന കിണറിനൊപ്പം താഴോട്ടുപോകുന്നതായും സങ്കല്പിച്ചുനോക്കൂ."

സാധാരണഗതിയിൽ ബെൻ പറയുന്ന വിഷയത്തെ ലാഘവത്തോ ടെ കണ്ട് ഞാനിത്തരം ജല്പനങ്ങൾ നടത്തിയാൽ അയാൾ ക്ഷമിക്കാറി ല്ലാത്തതാണ്. പക്ഷേ, ഇതുകേട്ടപ്പോൾ ബെൻ തന്റെ കറുത്തതാടി തടവി ഉറക്കെ ചിരിച്ചു.

കാര്യങ്ങൾ എത്ര പെട്ടെന്നാണ് കീഴ്മേൽ മറിയുന്നത്. ഏതെല്ലാമോ മുക്കിലും മൂലയിലുമൊക്കെ സന്ന്യാസിമഠങ്ങളിൽ നടന്ന ആനന്ദോത്സവ ങ്ങളും പെൺവാണിഭങ്ങളും പത്രത്താളുകളിൽ തലങ്ങും വിലങ്ങും കിട ന്നുമദിച്ചു. വർണ്ണമഴയും കിണറിലെ തിരയിളക്കങ്ങളും ഇല കൊഴിച്ചു നില്ക്കുന്ന മരങ്ങളും കണ്ട് എന്തനിശ്ചിതമാണ് ജീവിതമെന്നും ഒന്നി നെയും ആശ്രയിക്കാനില്ലാത്ത നിരാലംബരാണ് മനുഷ്യരെന്നും ഞങ്ങൾ ഒരു നിഗമനത്തിലെത്തിയിരുന്നു.

"അശരണരാണ് നാം"

ഞാനിതു പറഞ്ഞത് ബെൻ പൂർണ്ണമായി ഉൾക്കൊണ്ടിട്ടെന്നതു പോലെ അയാൾ എന്റെ കൈകളിൽ മുറുകെ പിടിച്ചു. ഞാനാദ്യമായിട്ടാ യിരുന്നു അയാളുടെ കണ്ണുകളിലേക്ക് തന്നെ നോക്കിയത്. ബെൻ എന്റെ നെറുകയിലാണ് ആദ്യമായി ചുംബിച്ചത്. ഞാൻ സംശയിച്ചു നിന്നു.

"ഇതു കേവലം ഒരു സാന്ത്വനം മാത്രമാണ്. അല്ലാതെ ജൈവപര മായ ഒരു പ്രകോപനവുമില്ല. നോക്കൂ ബെൻ, ഇപ്പോൾ നമ്മളീ ഭൂമിയി

ലേക്ക് അന്തർദ്ധാനം ചെയ്തു എന്നു വരാം. നാം സ്വയം ഒരു കിണറിനു ള്ളിലായി പോയേക്കാം. നാളെ ഒരുപക്ഷേ, നമ്മുടെ വീടിനുള്ളിൽത്തന്നെ മറ്റൊരു മുറി രൂപപ്പെട്ടേക്കാം. മുറി തുറന്ന് പുറത്ത് വരുന്നത് മറ്റാരെങ്കി ലുമാകാം.”

ഞാനിത് പറഞ്ഞ് ചിരിച്ചുകൊണ്ട് ബെന്നിനൊപ്പം കുന്നിറങ്ങി.

“വാസ്തവത്തിൽ ഓരോ മനുഷ്യനും അവന്റെ ജീവിതവും ഓരോ കിണറിനുള്ളിൽ തന്നെയല്ലെ” ബെൻ പറഞ്ഞു. “സാമർത്ഥ്യമുള്ളവർ ജലവിതാനത്തിൽ പൊങ്ങിക്കിടക്കുന്നു. ജീവിതവെള്ളം അല്പാല്പമായി കുടിക്കുന്നു. അഗാധതയിലേക്ക് പിടിച്ചുവലിക്കപ്പെടുമ്പോൾ മലർന്നുകി ടന്ന് നല്ലൊരഭ്യാസിയെപ്പോലെ കവിൾക്കൊണ്ട വെള്ളം പുറത്തേക്കു തുപ്പുകയും വീണ്ടും പൊങ്ങിക്കിടക്കുകയും ചെയ്യുന്നു. അവർ അജയ്യ രായി തുടരുന്നു. അല്ലാത്തവരെല്ലാം അടിത്തട്ടിലെ ചെളിക്കുണ്ടിലാണ്ട് അജ്ഞാത വാതകങ്ങൾ ശ്വസിച്ച് എവിടേക്കോ അപ്രത്യക്ഷരായി പോകു ന്നു. അവർ പരാജിതരും” ബെൻ പറഞ്ഞുനിർത്തി. അയാളുടെ ശബ്ദം ഒരു കിണറിനുള്ളിലെ ആഴത്തിൽ നിന്നു വന്നിരുന്നതുപോലെ തോന്നി. ഞാൻ ഒരാശ്വാസത്തിനായി മരങ്ങളുടെ പച്ചപ്പുതേടിയെങ്കിലും ഉണങ്ങി ക്കരിഞ്ഞ ഇലകൾ ശ്വാസം കിട്ടാതെ വലയുന്നതുപോലെ. ഈ മര ങ്ങൾക്കിതെന്തു പറ്റി? കാട്ടുവള്ളികൾ പടർന്ന പാലമരം അത്യാസന്ന നിലയിൽ മൗനംപുതച്ചതുപോലെ. “ഇനി ഈ യക്ഷികൾ പാലപ്പൂമണം തേടി എവിടെപ്പോകും?” ബെൻ ചിരിച്ചുകൊണ്ട് പറഞ്ഞു.

“എനിക്കൊരു ഐഡിയ” – ഞാനല്പം ഉറക്കെ പറഞ്ഞു.

“പതിവുപോലെ ഭ്രാന്തമായതു വല്ലതുമാണോ?” ബെൻ ചോദിച്ചു.

“കാട്ടെലിയുടെ കൂർത്ത മുഖങ്ങളുള്ള ചരിത്രത്തിന്റെ ഭാഗമാകാൻ വെമ്പുന്ന എല്ലാ കടൽക്കിഴവന്മാരെയും ഇലകളുടെ പച്ചപ്പുപോലും ആസ്വദിക്കാനില്ലാത്ത ഈ മരങ്ങളിൽ ചേർത്ത് ആണിയടിക്കേണ്ടതല്ലേ?” ഞാൻ ബെന്നിനെ പിടിച്ചു മുമ്പിൽ നിർത്തി. അയാൾ അന്തരീക്ഷത്തി ലേക്ക് മുഖമുയർത്തി യേശുക്രിസ്തുവിനെപ്പോലെ നിന്നു.

“പാവം ഗോവർദ്ധനന്മാർ എങ്കിൽ രക്ഷപ്പെട്ടേനെ” ബെൻ മന്ത്രി ച്ചു. ഇപ്പോൾ ഞങ്ങൾ ഒരു സമനിലത്തിലാണെങ്കിലും അപകടങ്ങൾ മാത്രം നിറഞ്ഞ ഒരു വഴിയിലൂടെയാണ് നടക്കുന്നതെന്ന് ആരോ ഓർമ്മി പ്പിക്കുന്നതുപോലെ. ഒരുമ്മമഴ ഏതുനേരവും വന്ന് ഞങ്ങളെ ദ്രാവകരൂപ ത്തിലാക്കി ലയിപ്പിക്കുമോ? അതുമല്ലെങ്കിൽ വൈറസുകളുടെ വർഷമേറ്റ് ഞാനും ബെന്നും പിന്നെ പ്രതിരോധിക്കാൻ കെല്പില്ലാത്ത ഞങ്ങളുടെ സ്നേഹവും ഒലിച്ചൊലിച്ച് കടലിൽ അലിഞ്ഞുചേർന്നേക്കുമോ? എവി ടെയാണ് സാന്ത്വനം. ഞങ്ങൾ പരസ്പരം നോക്കിനിന്നു. ആ നേരം പ്രണയത്തിന്റെ സുഗന്ധമൂറുന്ന ഒരു കണം അപ്രതീക്ഷിതമായി അവി ടമാകെ പരന്നെങ്കിൽ എന്ന് ചിന്തിച്ചതേയുള്ളൂ. പെട്ടെന്നാണ് ഒരു കടും കുരുക്കിനുള്ളിൽ ഞാനും ബെന്നും അകപ്പെട്ടതും, നല്ലൊരു മരണക്കു

രുക്കിനായി കഴുത്ത് പാകമാണോ എന്നറിയാൻ മാത്രമാണ് എന്ന് നിസ്സം ഗതയോടെ പറഞ്ഞ് ആരൊക്കെയോ ചേർന്ന് ഞങ്ങളെ വലിച്ചിഴച്ചുകൊ ണ്ടുപോയതും എല്ലാം.

എന്റെ കഴുത്തിലാകട്ടെ അനേകായിരം നിലവിളികൾ കുരുങ്ങിക്കി ടക്കുകയാണ്. നിന്റെ കഴുത്തിന് എന്തു സംഭവിച്ചു ബെൻ...?

ഞാൻ ബെൻ മാത്യുവിന്റെ ഏതെങ്കിലുമൊരു ശബ്ദത്തിനായി കാതോർത്തു. എല്ലായിടത്തും നിശ്ശബ്ദത കറുപ്പുപുതച്ചു കിടക്കുകയാണ്.

വേദനകൾ ഉണ്ടാകുന്നത്

"പിന്നെ ഈ വേദന എന്നാരംഭിച്ചൂന്നാ പറഞ്ഞത്?"

ഡോക്ടർ ഈ ചോദ്യം അഞ്ചാമത്തെ തവണയോ മറ്റോ ആണ് ചോദിക്കുന്നത്. ഓരോ പ്രാവശ്യം ചോദിക്കുമ്പോഴും എന്റെ ഉത്തരം തുടങ്ങുന്നതിന് മുമ്പുതന്നെ ഒന്നുകിലൊരു ഫോൺകോൾ. അതല്ലെങ്കിൽ ഡോക്ടറുടെ അനിയന്ത്രിതമായ ഒരു തുമ്മൽ. അതുമല്ലെങ്കിൽ ഹാഫ്ഡോർ തുറന്ന് ആരോ അകത്ത് കടക്കാൻ തുടങ്ങുന്നതിന്റെ അനക്കം. സത്യത്തിൽ ആദ്യത്തെ ചോദ്യത്തിനുതന്നെ എനിക്കു പറയാനുള്ളത് എങ്ങനെ പറഞ്ഞുതീർക്കും എന്നോർത്ത് വിഷമിക്കുകയായിരുന്നു ഞാൻ. അപ്പോഴാണിതിങ്ങനെ....

ഈയിടെ എനിക്കെന്നും തലവേദനയാണ് എന്നുമാത്രം പറഞ്ഞു നിർത്തി ബാക്കി പറയാനവസരം കിട്ടാതെ വീണ്ടുമൊരുഴവും കാത്ത് ഞാനിങ്ങനെ ഡോക്ടറുടെ ലാഘവത്തോടെയല്ലാത്ത പുഞ്ചിരി അവഗണിച്ച് ഈ മുറിയിൽ.

എന്റെ രോഗലക്ഷണങ്ങളെല്ലാം കേട്ടു കഴിയുമ്പോൾ ഡോക്ടർ എന്തു പറയുമെന്നാലോചിച്ച് തന്നെയാണ് ഭർത്താവ് അക്ഷമനാകുന്നത് എന്ന് എനിക്ക് ആ മുഖം കണ്ടപ്പോഴേ മനസ്സിലായി. നിസ്സാര അസുഖങ്ങളെക്കുറിച്ചുപോലും പറയുന്നത് ബാബുവേട്ടനെ അസ്വസ്ഥനാക്കുന്നു എന്നറിയാവുന്നതുകൊണ്ടാണ് ആദ്യമൊന്നും എന്റെ ഈ തലവേദനയെക്കുറിച്ച് ആരോടും പറയാതെ, ഇതിനൊരു പ്രതിവിധി അസാദ്ധ്യം എന്നു സ്വയം ഒരു മുൻവിധിയിലൊതുങ്ങിയത്. അല്ലെങ്കിൽത്തന്നെ എവിടെയാണ് ഇത്തരം തലവേദന ഇല്ലാത്തത്? ജീവിതംതന്നെ ഒരു വലിയ വേദനയായി മാറുന്ന ഇന്നത്തെ കാലത്ത്...

പിന്നെ ജീവിതത്തിനുമേൽ വീശിയെറിഞ്ഞ ഒരു വലയ്ക്കുള്ളിലെ

ഓരോ അണുവിലേക്കും ആഴ്ന്നിറങ്ങുന്ന ക്രൂരമായ ഒരു വേദന ലോക മാകെ നിറഞ്ഞുനില്ക്കുന്ന അവസ്ഥയാണ് ഇന്നുള്ളത് എന്നൊക്കെ യൊരു ഫിലോസഫിയും കാച്ചി, ഇതത്ര കാര്യമാക്കാനുള്ള ഒന്നല്ല എന്ന നിസ്സാരത വരുത്തി, ഒടുവിൽ ഞാനീ പ്രശ്നം വീട്ടിൽ അവതരിപ്പിച്ചെങ്കി ലും... അവൻ, തലവേദന കണ്ണുകളിലൂടെ അരിച്ചുകയറി, പുരികക്കൊടി യിൽ പിടിച്ചുതൂങ്ങി, നെറ്റിയിലെ മെറൂൺനിറത്തിലെ ശിങ്കാർ പൊട്ടിനു മുകളിൽപ്പോലും ദാക്ഷിണ്യമില്ലാതെ താളം ചവിട്ടി എന്റെ ദിനചര്യ കളെയെല്ലാം തകിടം മറിച്ചു. അടുക്കളയിൽ സ്ഥിരമായി ചായക്കപ്പുകൾ ഉടയുകയും കുട്ടികളെ അനാവശ്യമായി ശകാരിക്കുകയും ചെയ്യുന്നത് ഒരു പതിവാകുകയും ചെയ്തു.

"കണ്ണട വാങ്ങീത് കണ്ണീ വെക്കാഞ്ഞിട്ടല്ലേ ഇപ്പളീ തലവേദന." വീട്ടി ലെല്ലാവരും; കുട്ടികളടക്കം എന്നെ കുറ്റപ്പെടുത്തി.

എത്രയോ നാൾ മുമ്പ് വാങ്ങിയതാണ് കണ്ണട. അസൗകര്യമെന്ന് പറഞ്ഞ് ഒഴിവാക്കി, അതു വാങ്ങിയപ്പോൾ ലഭിച്ച മൃദുലമായ ചട്ടയ്ക്കക ത്താക്കി അലമാരയിൽ സൂക്ഷിച്ചിരിക്കുകയായിരുന്നു. ആ കണ്ണട പുറ ത്തെടുത്ത് മൂക്കിനുമുകളിൽ വച്ച് അലസമായി എന്തും കാണട്ടെ എന്റെ കണ്ണുകൾ എന്ന് ശഠിച്ച് വീടിന്റെ ജനൽപ്പാളികൾ എന്നും നഗരക്കാഴ്ച കളിലേക്ക് തുറന്നിട്ടു ഞാൻ.

ഒടുവിലാണ് കണ്ണുകൾക്കും തലവേദനയ്ക്കും തമ്മിലുള്ള ബന്ധ ത്തെക്കുറിച്ച് ആപ്പീസിലും മറ്റും സുഹൃത്തുക്കൾ എന്നോടു പറഞ്ഞതും നല്ലൊരു കണ്ണുഡോക്ടറെ കാണണമെന്നു ഉപദേശിച്ചതും, അങ്ങനെ ഞാനീ കണ്ണാശുപത്രിയിലെത്തിയതും.

ആശുപത്രി കെട്ടിടത്തിനുമുകളിൽ വായുവിൽ രണ്ടു കണ്ണുകൾ തുറു കണ്ണുകളായി നഗരത്തിനുമേൽ ലജ്ജയില്ലാതെ നോട്ടമെറിയുന്നതു കണ്ട പ്പോഴെ എനിക്കീ ആശുപത്രിയിലേക്ക് പ്രവേശിക്കുവാൻ തന്നെ ഭയമാ യിരുന്നു. ഇവിടെ വരുന്ന രോഗികളെല്ലാം തങ്ങളുടെ മുൻകാല രോഗല ക്ഷണങ്ങളും അനുഭവങ്ങളും തുറന്നുപറയണമെന്ന മുന്നറിവ് ഉണ്ടായി രുന്നതുകൊണ്ട് ഇത്രയെങ്കിലുമൊക്കെ ഡോക്ടറോട് പറയാം എന്നൊരു തീരുമാനത്തിൽ മനസ്സ് ഉറപ്പിച്ചപ്പോഴാണ് എനിക്കുമുമ്പിൽ പൊടുന്നനെ ഡോക്ടറെ കൺസൾട്ടിങ് റൂമിൽനിന്ന് ആരോ വിളിച്ചിറക്കിക്കൊണ്ടുപോ യത്.

നേരിയ അലകളുതിർത്ത് കാറ്റിലിളകുന്ന സൈഡ് കർട്ടനുതാഴെ ആരുടെയൊക്കെയോ വൃത്തിയുള്ളതും ഇല്ലാത്തതുമായ പാദങ്ങൾ. പുറത്ത് തിമിരം വെള്ളപൂശിയ നരച്ച കണ്ണുകളുമായി വൃദ്ധജനങ്ങൾ കാത്തിരിക്കുന്നുണ്ട്. ഇനിയും എന്തൊക്കെയോ കാണാനുള്ള അവരുടെ വ്യഗ്രത... തലവേദനയുടെ തിമിർപ്പിലും എനിക്ക് ചിരിക്കാതിരിക്കുവാൻ കഴിഞ്ഞില്ല. ഈ വ്യഗ്രതയെ മറികടന്ന് ഡോക്ടർ എപ്പോഴാണ് തിരി ച്ചെത്തുക.

ഡോക്ടറോട് പറയുവാനായി ഞാൻ ആലോചിച്ചുനിർത്തിയത്

നഗരക്കാഴ്ചകളിലേക്ക് തുറന്നിട്ട ജനൽപ്പാളികൾക്കടുത്ത് കണ്ണട ധരി ച്ചുനില്ക്കുന്ന എന്നിൽത്തന്നെയായിരുന്നുവല്ലോ. ഒരുപക്ഷേ, ആ നഗര ക്കാഴ്ചകളിലേക്ക് കൂപ്പുകുത്തി എന്റെ ഈ തലവേദനയെ അതുമായി കൂട്ടിക്കുഴയ്ക്കുന്നത് ഒരു ഡോക്ടർക്കും ഇഷ്ടമല്ലായിരിക്കാം.

വഴിതെറ്റി നടന്നുപോകുന്ന മൂക്കുത്തിയണിഞ്ഞ ഒരു തെരുവുവേ ശ്യയുടെ നിസ്സംഗമായ കാലടികൾ പതിഞ്ഞു മാഞ്ഞ അപ്രസക്തങ്ങ ളായ വഴിയോരങ്ങളും, വൃത്തിയുള്ള തുണികളാണ് തോരാനിട്ടിരിക്കു ന്നതെങ്കിലും മടുപ്പുളവാക്കുന്ന അലക്കുകാരുടെ കോളനിയും, മാലിന്യ ക്കൂമ്പാരത്തിന്റെ മഞ്ഞളിപ്പു ബാധിച്ച തോട്ടികളും, നഗരത്തിന്റെ പൗരാ ണികതയ്ക്കു നേർക്കു നോക്കുകുത്തികളായിരിക്കുന്ന യാചകരും നിറഞ്ഞ ഒരു നഗരക്കാഴ്ച പറഞ്ഞുകേൾക്കുവാൻ ഡോക്ടറെന്നല്ല ആർക്ക് താല്പര്യമുണ്ടാവും ഇന്നത്തെകാലത്ത്?

ബാബുവേട്ടനും എനിക്കും ഇടയിൽ വെറുതെയൊരു മൗനം നിറ ഞ്ഞു. ഒരു പുറംസങ്കേതത്തിൽ പാലിക്കേണ്ട അനിവാര്യമായ നിശ്ശബ്ദത ഭേദിക്കുവാനുള്ള ധൈര്യം ഞങ്ങൾക്ക് രണ്ടുപേർക്കുമില്ലായിരുന്നു. തിര ക്കുഭാവിക്കുന്ന ഒരു നെഴ്സ് എന്തൊക്കെയോ ഫയലുകൾ ഡോക്ടർ ഇല്ലാതിരുന്നിട്ടും മേശപ്പുറത്തുവച്ച് ഗൗരവം നിറഞ്ഞ ഒരു ചിരി ഞങ്ങൾക്കു മേൽ പരത്തി ചെരുപ്പിന്റെ ടപ് ടപ് ശബ്ദവും കേൾപ്പിച്ച് ധൃതിയിൽ കടന്നുപോയി. മനുഷ്യരുടെ കണ്ണുകൾക്കുവേണ്ടി ഇത്രമാത്രം ഫയലുകൾ? ബാബുവേട്ടൻ കൈകൾകൊണ്ടു കാണിച്ച ആംഗ്യഭാഷ ഞാൻ വായിച്ചു.

മനുഷ്യന്റെ ഈ കണ്ണുകൾക്ക് എത്രമാത്രം അനന്തസാദ്ധ്യതക ളാണ്. ജീവിതത്തിൽ എന്നും കാണേണ്ടവ കാണാനും, കാണരുതാത്ത് കണ്ടിട്ടും കണ്ണടയ്ക്കുവാനും, കാണേണ്ടിയിരുന്നില്ല എന്നു തോന്നിയിട്ടും കണ്ടു തൃപ്തിപ്പെടുന്നതും, കാണേണ്ട എന്നുണ്ടായിരുന്നിട്ടും കണ്ടുപോ കുന്നതും എല്ലാം കണ്ണുകളാണല്ലോ എന്നും മറ്റും ഒരു ബുദ്ധിജീവി സ്റ്റൈലിൽ പറയുവാൻ തോന്നി എനിക്. എന്നിട്ടും ഞാൻ മൗനം പൂണ്ടു. അത്രമാത്രം, തലവേദന എന്റെ നെറ്റിയിൽ ചുളിവുകൾ വീഴ്ത്തിയിരു ന്നു. അനിശ്ചിതത്വവും എന്നാൽ അനിവാര്യവുമായ ജീവിതാനുഭവങ്ങ ളിൽ തെളിഞ്ഞുവരുന്ന ചുളിവുകൾ.

ബാബുവേട്ടൻ ഒരു സിഗരറ്റ് വലിക്കുവാനുള്ള തയ്യാറെടുപ്പോടെ മുറി ക്കുള്ളിൽനിന്നും പുറത്തേക്ക് പോകുന്നതിനിടയിൽ പറഞ്ഞു:

"ഡോക്ടറെ കൂട്ടിക്കൊണ്ടുപോകാൻ കണ്ട ഒരു നേരം."

ആ ദിവസത്തെ മുഴുവനായും നശിച്ചൊരു ദിവസം എന്നു പഴിക്കു കയും ചെയ്തു. മുറിക്കുള്ളിലെ ഏകാന്തത സീലിങ് ഫാനിന്റെ ഇതളു കൾക്കൊപ്പം തൂങ്ങിയാടുന്നതുപോലെ. കാറ്റിൽ ശബ്ദമുണ്ടാക്കിയിളകുന്ന ഇളംനീല ജാലകവിരികൾ സർവതിനെയും ഭേദിച്ച് ആകാശത്തേക്ക് കുതി ക്കുവാൻ തുടങ്ങിയപ്പോൾ ഞാനൊരു അഭയാർത്ഥിത്വത്തിന്റെ പടവുക ളിലേക്ക് തളർന്നുവീണ് മേശപ്പുറത്ത് തല ചെരിച്ചുവച്ച് ജനാലയിലൂടെ

പുറത്തേക്ക് നോക്കി.   മഴനാരുകൾ നേർരേഖകളിൽ കൈകൾ നീട്ടി ഭൂമിയെ തൊട്ടുണർത്തുകയാണ്. തണുപ്പ് നിറഞ്ഞ ഇടനാഴികളിൽ പതു ങ്ങിയിരുന്ന മരണത്തിന്റെ പതിവു വ്യാഖ്യാനത്തിൽ രാത്രിയുടെ മൗനം കനത്തു. അജ്ഞാതസ്ഥകേതങ്ങളിലിരുന്ന് ആരൊക്കെയോ പ്രവർത്തി പ്പിക്കുന്ന കൂറ്റൻ മെഷീനുകളുടെ ഭയപ്പെടുത്തുന്ന മൂളൽ. ഡോക്ടർ ഇനി വരില്ലായിരിക്കാം എന്ന ആശങ്ക എന്റെ കണ്ണുകളിൽ മാറാതെ കുടിയി രുന്നു.

തലവേദന ഇപ്പോൾ എന്റെ സൗമ്യമല്ലാത്ത മുഖത്തിന്റെ ഇരുവശ ത്തേക്കും കടന്ന് ചുറ്റും പടർന്നുപിടിച്ചിട്ടും ഡോക്ടർ വന്നില്ല.

ഇന്നിനി ഡോക്ടറെ കാക്കേണ്ടതില്ല എന്നുപറഞ്ഞ് എന്നെ തിരി കെ കൊണ്ടുപോകാനാണ് ബാബുവേട്ടൻ ശ്രമിക്കുന്നത്.

രാത്രി, ചീവീടുകളുടെ ശബ്ദവും മദ്യപന്മാരുടെ തെറിവാക്കുകളും വിഴുങ്ങി ആശുപത്രികെട്ടിടത്തിനുചുറ്റും പതുങ്ങിക്കിടന്നു.

എന്റെ കണ്ണുകളുടെ ആഴമളന്ന്, പിണഞ്ഞുകിടക്കുന്ന സൂക്ഷ്മമായ ഞരമ്പുകളിൽ ചിതറിക്കിടക്കുന്ന വേദനയുടെ വേരുകളെ കണ്ടെത്തു വാൻ ഏതു ഡോക്ടർക്ക് ഇനി എപ്പോഴാണ് കഴിയുക?

നേരിന്റെ നെറികേടിലൂടെ, തെരുവുകൾ താണ്ടി എത്തുന്ന ഒരു വൈദ്യൻ. കാൽമുട്ടിലാണ് തലവേദന എന്നുപറഞ്ഞ് സ്കൂളിൽ പോകാൻ മടികാണിക്കാറുള്ള മകന്റെ കുസൃതി നിറഞ്ഞ വാക്കുകളോർത്ത് ഒരു നേരിയ പുഞ്ചിരിയുതിർത്ത് വേദന ബാധിച്ച തലയും താങ്ങി... ഇങ്ങനെ ഒരു ഞാൻ. ഇനിയും കാത്തിരിക്കുവാൻ തയ്യാറാവാത്ത ബാബുവേട്ടന്റെ നിർബ്ബന്ധത്തിനുവഴങ്ങി ഞങ്ങൾ രാത്രിയിലേക്കിറങ്ങി. നിഴലും നിലാ വുമില്ലാത്ത വഴിയോരത്തൂടെ, കൃഷ്ണമണിക്കുള്ളിൽ തളംകെട്ടിനിന്ന വേദനയുമായി ഞാൻ ബാബുവേട്ടനോട് ചേർന്ന് നടന്നു.

തെരുവ്, കരിഞ്ഞ സ്വപ്നങ്ങളുമായി വീണുറങ്ങുവാൻ മടിച്ചുകിട ക്കുന്നതുപോലെ.

വഴിയോരത്തെ കൂറ്റൻ കെട്ടിടങ്ങളുടെ ഇടനാഴികളിൽ ചുളമടിച്ച്, കത്തിച്ച മുറിബീഡിയുടെ തിളക്കങ്ങളുമായി ഭക്ഷണം തയ്യാറാക്കുന്ന യാചക കുടുംബങ്ങൾ. അവർ എത്ര അനായാസമാണ് ജീവിതത്തെ ലളി തവല്ക്കരിക്കുന്ന ഗാനശകലങ്ങൾ മൂളുന്നത്. എത്ര ലാഘവത്തോടെ യാണ് ചിരിയുതിർക്കുന്നത്.

എനിക്കും ചിരിക്കണമെന്നുണ്ടായിരുന്നു. പക്ഷേ, കഴിയുന്നില്ല. ചൂളംകുത്തി ദാക്ഷിണ്യമില്ലാതെ കണ്ണുകളിലേക്ക് ഇരച്ചുകയറിയ കാറ്റിലും തലവേദന ചുഴിയുതിർത്ത കണ്ണുകൾ അടയുന്നേയില്ല.

എനിക്ക് ഭയം തോന്നാൻ തുടങ്ങിയിരുന്നു.

"നാളെ നമുക്ക് സ്റ്റാച്യൂവിലുള്ള ആ ഡോക്ടറെ കണ്ടാലോ?" ബാബുവേട്ടൻ ചോദിച്ചു.

"കണ്ണുകൾക്കായിരിക്കില്യ ബാബുവേട്ടാ കുഴപ്പം."

"പിന്നെ?"

ആ ചോദ്യത്തിനുത്തരം തുടങ്ങുന്നതിനുമുമ്പേ ഓട്ടോയ്ക്ക് കൈകാ ണിച്ചു നിന്നിരുന്ന ബാബുവേട്ടന്റെ തോളിലേക്ക് ഞാൻ കുഴഞ്ഞുവീഴു കതന്നെ ചെയ്തു.

തലവേദനയുടെ നാരുകൾ വളർന്നിറങ്ങി എന്നെ പൊതിയുന്നതായി തോന്നി.

ചുറ്റിനും താളമില്ലാതെ ചലിക്കുന്ന അനേകായിരം കണ്ണുകൾ ഒന്നിൽനിന്നും മറ്റൊന്നിലേക്ക് തെന്നിയിറങ്ങുന്ന വേദന.

ജീവിതത്തെ ദയയില്ലാതെ ഞെരുക്കുന്ന ഭീമാകാരമായ ഒരു ജീവി യുടെ ഭാരമേറ്റുവാങ്ങാനാകാത്തതുപോലെ നിസ്സഹായരായ ചെറിയ മനു ഷ്യർ, ഉറുമ്പിൻകൂട്ടങ്ങളെപ്പോലെ എന്റെ പ്രജ്ഞയിലേക്ക് അരിച്ചിറങ്ങു കയാണ്.

വേദനകൾ ഉണ്ടാകുന്നത് എങ്ങനെ... എന്ന ചോദ്യം ചുറ്റും പ്രതി ദ്ധ്വനിച്ചുകൊണ്ടേയിരിക്കുകയാണ്.

ഇപ്പോൾ ഞാൻ വേറൊരു ആശുപത്രിയിൽ 'ഡോക്ടർ അക ത്തുണ്ട്' എന്ന കറുത്ത അക്ഷരത്തിലെഴുതിയ ബോർഡിനു താഴെയാണ് ഇരിക്കുന്നതെങ്കിലും എനിക്ക് പ്രതീക്ഷകളേയില്ല. കാരണം, എപ്പോൾ വേണമെങ്കിലും ഇന്നലെ ഞാൻ കാത്തിരുന്ന ഡോക്ടറെ വിളിച്ചിറക്കി തെരുവിലിട്ട് വെട്ടിക്കൊലപ്പെടുത്തിയതുപോലെ ഇയാളെയും...

വെയിറ്റിങ് റൂമിലെ ടീപ്പോയിന്മേൽ അന്നത്തെ പത്രം. മുൻപേജിൽ ഇൻസെറ്റിലായിക്കണ്ട 'കൊല്ലപ്പെട്ട' ഡോക്ടറുടെ മുഖം എത്ര സൗമ്യ മാണ്. അയാൾ ഒരപരാധവും ചെയ്തിട്ടില്ലത്രേ...

എന്റെ കണ്ണുനീർഗ്രന്ഥികളുടെ ശൈത്യത്തിലേക്കും വേദന അതിന്റെ വരൾച്ച പടർത്തി കണ്ണുനീരും വറ്റിച്ചുകൊണ്ടേയിരിക്കുകയാണ്.

നിങ്ങൾക്കായി സമർപ്പിക്കുന്നത്

ഇതൊരു നല്ല സ്പോൺസേർഡ് സീൻ ആക്കാവുന്ന സംഭവമാ ണെന്നും സ്പോൺസർമാരെ ഇഷ്ടംപോലെ കിട്ടുമെന്നും ഇന്നത്തെ കാലത്ത് ആർക്കും തോന്നാം. ആ രണ്ടു പെൺകുട്ടികൾ......... എന്നു തന്നെ തുടങ്ങാം. അവർ പബ്ലിക് ലൈബ്രറിയുടെ മുൻവശത്തെ പച്ച ഗേറ്റിന് ഒരാറടി ഇടത്തോട്ട് മാറി ഫുട്പാത്തിലാണ് നില്ക്കുന്നത്.

അവരെ സംബന്ധിച്ച് അല്പം മാറി ചന്ദ്രശേഖരൻനായർ സ്റ്റേഡി യത്തിലെ ആരവമോ എതിർവശത്തെ സെമിത്തേരിയിലെ ഇലകൊ ഴിഞ്ഞു നില്ക്കുന്ന ചെമ്പകമരമോ വായ്മൂടിക്കെട്ടി കടന്നുപോയ ഏതോ രാഷ്ട്രീയപാർട്ടിയുടെ മൗനജാഥയോ അല്ല പ്രശ്നം. എങ്ങനെ എളുപ്പ വഴിയിലൂടെ മരിക്കാം എന്ന വളരെ ലാഘവത്തോടെയുള്ള ഒരു സ്വയം ചോദ്യമാണ് അവർക്ക് പ്രശ്നം.

എങ്ങനെ എളുപ്പവഴിയിലൂടെ ഇംഗ്ലീഷ് പഠിക്കാം. എങ്ങനെ...... വ്യക്തിത്വമുണ്ടാക്കാം എന്നൊക്കെപ്പോലെ എങ്ങനെ എളുപ്പവഴിയിലൂടെ മരിക്കാം എന്നൊരു പുസ്തകം ഉണ്ടോ ഇല്ലയോ എന്നുള്ള പരിജ്ഞാനം പാവപ്പെട്ട (അറിവിൽ) ഈ പെൺകുട്ടികൾക്കില്ലായിരുന്നു.

ഇവിടെ വേണമെങ്കിൽ അനുകമ്പയ്ക്കുവേണ്ടി ഒരു ബിറ്റ് മ്യൂസിക് സംവിധായകന്റെ ഭാവനയ്ക്കനുസരിച്ച് ചേർക്കാം.

ഫൈൻ ആർട്സ് കോളേജിന് മുൻവശത്തെ ഫുട്പാത്തിലാകട്ടെ, രണ്ടു ബുദ്ധിജീവികളായിരുന്നു നിലയുറപ്പിച്ചിരുന്നത്. അവർ മീഡിയ മാനിപ്പുലേഷനെക്കുറിച്ചാണ് ആയാസമില്ലാതെ സംസാരിക്കുന്നത്. സംവി ധായകന് ഈ ബുദ്ധിജീവികളുടെ കുറച്ച് സംഭാഷണം കേട്ടാൽ പെൺകു ട്ടികളുടെ കഥാരൂപാന്തരീകരണത്തിലെ പൈങ്കിളിവല്ക്കരണം ഒഴിവാ ക്കാമെന്ന് വേണമെങ്കിൽ നിരൂപണം ചെയ്യാം. അതെന്തായാലും

വിൻസെന്റ് ജോർജ് എന്ന ഒന്നാം ബുദ്ധിജീവി നഗരത്തിലെ അറിയപ്പെ ടുന്ന ഒരു വ്യക്തിയാണ്. ഉടനെതന്നെ സാംസ്കാരികനായകൻ എന്ന പദവിയിലേക്ക് ഇദ്ദേഹം ഉയരുമെന്ന് ഒരുപാടാളുകൾ കരുതുന്നുമുണ്ട്.

രണ്ടാം ബുദ്ധിജീവിയായ രാംപ്രകാശാവട്ടെ ബുദ്ധിജീവിമാത്രമല്ല എഴുത്തുകാരൻ കൂടിയാണ്. അത്യന്താധുനികതയുടെയും അപ്പുറത്തെ ഘട്ടത്തിന്റെ വക്താവ്.

ഒന്നാം ബു ജി: "ഈ മീഡിയ മാനിപ്പുലേഷൻ........... ഓ മടുത്തു രാംപ്രകാശ്."

രണ്ടാം ബു ജി അഥവാ രാംപ്രകാശ്: "എഗ്രീഡ്. കുട്ടികളുടെ കാര്യം തന്നെ എടുക്ക്. ടീവീല് കാണണത് മതി നമ്മുടെ കുട്ട്യോൾക്ക്."

"സീ മിസ്റ്റർ വിൻസെന്റ്, ഇന്നലെതന്നെ മോൻ പറയ്യാ അവന്റെ ക്ലാസിലെ അപർണ്ണയ്ക്ക് യൂസ് ചെയ്യാനിഷ്ടം സ്റ്റെഫ്രീയേക്കാൾ കോട്ടക്സ് ആണെന്ന്."

"ആ... ശരിയാണ് പ്രകാശ് – നമുക്കൊക്കെ എന്തുപറ്റി ഇത്? ഈ സമൂഹത്തിനെന്തുപറ്റി? ഇന്നലെ ആ സിംപോസിയം കേട്ടോ?"

"ഓ..... ഞാനത് മറന്നു. ഇപ്പോ ആളുകൾക്കെല്ലാം ജ്വരംപോലെ പിടിച്ചിരിക്കുകയല്ലേ ഈ സൂയിസൈഡിങ് മാനിയ. ഒരു തരത്തിലുള്ള രക്ഷപ്പെടലാണത്..."

"കറക്ട്" – വിൻസെന്റ് പറഞ്ഞു.

അവരുടെ സംസാരം ചൂടുപിടിച്ചുകഴിഞ്ഞിരുന്നു. തിരക്കിൽ ഇതൊക്കെ ക്ഷമയോടെ ശ്രദ്ധിക്കാൻ ആർക്കും ബുദ്ധിമുട്ടാണ്. ക്ഷമയി ല്ലാത്ത കാഴ്ചക്കാരൻ റിമോർട്ട് കൺട്രോൾ അമർത്തി ശബ്ദമൊഴിവാക്കി സീൻമാത്രം കണ്ടുവെന്നുവരാം. വിൻസെന്റ് ജോർജിന്റെയും രാംപ്രകാ ശിന്റെയും അർത്ഥം മനസ്സിലാകാത്ത ആംഗ്യങ്ങളും ചുണ്ടനക്കങ്ങളും കണ്ടു ചിരിച്ച് ചിരിച്ച് മണ്ണുകപ്പിയേക്കാം....... അതവിടെ നില്ക്കട്ടെ.

പകൽ, സന്ധ്യയുടെ ചുവപ്പുരാശിയിലേക്ക് അരിച്ചിറങ്ങി. പള്ളിയിൽ നിന്ന് മണിമുഴക്കം......നഗരം സുതാര്യവും തിളക്കവുമാർന്ന ഒരു നിശാ വസ്ത്രം അണിഞ്ഞതുപോലെ. ആ വസ്ത്രത്തിന്റെ ഞൊറികളിൽ അവി ടവിടായി തുന്നിച്ചേർന്ന മുത്തുകൾപോലെ തിളങ്ങുന്ന നിയോൺ ബൾബുകൾ.

ഇനി ബുദ്ധിജീവികളെ വിട്ട് നമ്മുടെ പെൺകുട്ടികളിലേക്ക് മട ങ്ങാതെ വയ്യ.

അവരുടെ പേരിനൊന്നും ഒരു പ്രസക്തിയുമില്ല. എങ്കിലും അവർ സാവു എന്നും സീതാ എന്നും പരസ്പരം വിളിക്കുന്നുണ്ട്. അവരുടെ വിളിയിലാകട്ടെ, ഇണപിരിയാത്ത സൗഹൃദത്തിന്റെ ഒരുറപ്പുമുണ്ട്. പെൺകുട്ടികൾ ആരെന്നും എന്തിനാണ് ഈ നഗരത്തിലിങ്ങനെ അല യുന്നതുമെന്നൊക്കെ സംശയിച്ചുകൊണ്ട് പലരും ആ വഴിക്ക് കടന്നു പോകുന്നുണ്ട്. "ഇവർ വല്ല......കളും?" ശ്ശെ അവരുടെയൊക്കെ പതിവട യാളങ്ങളായ വാടിയ മുല്ലപ്പൂക്കളും ചുവപ്പിച്ചുവച്ച ചുണ്ടുകളും കണ്ടില്ല.

ഇവരിതെല്ലാം ഉപേക്ഷിച്ചതാകുമോ?

ചുഴ്ന്നിറങ്ങുന്ന നോട്ടങ്ങൾക്കും കൂട്ടിക്കിഴിക്കുന്ന വിലപേശലു കൾക്കും നടുവിൽ എന്തിനാണ് മുല്ലപ്പൂവിന്റെ മദഗന്ധം? ചുവന്ന ചുണ്ടു കളുടെ തിളക്കം എന്നൊക്കെ അവർ ചിന്തിച്ചിട്ടുണ്ടാകുമോ? കാടുകയ റിയുള്ള ചിന്തകൾ ഉപേക്ഷിക്കാം. അവർ രണ്ടുപെൺകുട്ടികൾ മാത്രം. അവരുടെ സംസാരം ഇങ്ങനെയാണ്: "സാവൂ, നോക്ക്, പലരും നമ്മളെ നോക്ക്ണ്ണ്ട്. നിക്ക് പേട്യാവ്ണ്."

സീതയുടെ വീണ്ടുവിചാരത്തിലും അങ്കലാപ്പിലും ഒരു സാധാരണ പെൺകുട്ടിയുടെ മനഃപൂർവ്വമല്ലാത്ത നാണംകുണുങ്ങലിലും സാവു ദേഷ്യം കൊണ്ടു. "നോക്ക് നാളെ നമ്മുടെ പടം പത്രത്തിൽ വന്നേക്കാം. പെൺവാ ണിഭോന്നോ, പ്രേമനൈരാശ്യമെന്നോ പരീക്ഷക്കു തോറ്റൂന്നൊക്കെ വന്നേ ക്കാം. അത്ന് നമുക്കെന്താ? നീ സമാധാനിക്ക്" സാവു ആശ്വസിപ്പിച്ചു.

കൊഴിയാറായ നീലവാകപ്പൂക്കൾക്കും ചെമ്മാനത്തിനും ഇടയിലൂടെ ആത്മാക്കൾ തെന്നിനടന്നു. സദാചാരബോധമില്ലാത്ത ഒരാത്മാവ് സാവൂന്റെ നേർക്ക് നോക്കി കണ്ണിറുക്കാൻ ശ്രമം നടത്തി.

"നാലും എന്റെ സാവൂ. ഒരാത്മഹത്യാകുറിപ്പ് നമ്മക്കെഴുതാം" സീത പറഞ്ഞു. പക്ഷേ, സാവൂന് വിസമ്മതം.

വേണമെങ്കിൽ ഇവിടെ സംഭാഷണത്തിന്റെ രസച്ചരട് അല്പമൊന്ന് അയക്കാം.

രണ്ട് ചെത്ത് പയ്യന്മാർ സാവൂനെ നോക്കി പറഞ്ഞവാക്കുകൾ കട്ടു ചെയ്യാം.

റിമോട്ടുണ്ടല്ലോ കൈയിൽ. വേണമെങ്കിൽ ശബ്ദം കുറച്ച് കേൾക്കാം. അതു കാണികളുടെ കാര്യം.

പക്ഷേ, സാവൂ – അവളൊന്നും കേൾക്കുന്നേയില്ലായിരുന്നു. അവൾ കാണുന്നത് എല്ലാം നിറയെ നൊമ്പരങ്ങളായിപ്പോയി. ആരുമവളെ സ്നേഹിക്കുന്നില്ല എന്നതാണോ പ്രശ്നം? സീത സാവൂനെക്കുറിച്ചങ്ങനെ ചിന്തിച്ചു. എന്തുമാകട്ടെ, സീതയുടെ പ്രശ്നമെന്ത്? സാവു ചിന്തിച്ചു. നഷ്ടപ്പെട്ട പ്രണയം? അതും എന്തുമാകട്ടെ. സീത കേൾക്കുന്നത് തനി ക്കുചുറ്റും ഭൂമി പിളർക്കുന്ന നിലവിളികളാണ്. എന്തായാലും അവർക്ക് ജീവിതം മടുത്തിരിക്കുന്ന കാര്യങ്ങളെക്കുറിച്ച് ഇതേവരെ പരസ്പരം ചർച്ച ചെയ്തിട്ടില്ല എന്നു വ്യക്തം.

ഇപ്പോൾ ഒരോട്ടോറിക്ഷയോ കാറോ വന്നുനിന്ന് അല്പമൊന്ന് കറങ്ങി സാവൂനേം സീതയേം പൊക്കിയെടുത്തേക്കാം എന്നും, അതുമ ല്ലെങ്കിൽ ക്രൂരനെന്നുതോന്നുന്ന ഒരു പൊലീസുകാരൻ വന്നുനിന്ന് അവരെ വിരട്ടി മറ്റൊരു സ്ഥലത്തേക്ക് മാറ്റിനിർത്തിയേക്കാമെന്നും പ്രേക്ഷ കരെക്കൊണ്ട് ഉൽക്കണ്ഠാകുലരായി ചിന്തിപ്പിക്കാം.

പക്ഷേ, ഇതൊന്നുമല്ല സംഭവിച്ചത്. രാത്രിവന്നു. നഗരം തിളക്ക മാർന്ന കമ്പളം അഴിച്ചുവെച്ച് നഗ്നയായി. സാവൂം സീതേം ഒരോട്ടോയ്ക്ക് കൈ കാണിച്ചു. അവർക്ക് റെയിൽവേസ്റ്റേഷനിലേക്കാണ് പോകേണ്ടത്.

കണ്ണൂർ എക്സ്പ്രസിന് കീഴടങ്ങാമെന്ന് അവർ പരസ്പരം വാക്കുപറ
ഞ്ഞിട്ടുണ്ട്. കണ്ണൂർ എക്സ്പ്രസിന്റെ തുറുകണ്ണുകളുടെ പ്രകാശഗോള
ങ്ങൾ സ്ക്രീൻ നിറയെ കാണിച്ച് പശ്ചാത്തലത്തിൽ ഒരു നീണ്ട ചൂളംവി
ളിയുടെ പ്രതിധ്വനി കേൾപ്പിക്കാം. ഒരു കൊമേഴ്സ്യൽ ബ്രേക്കിനുശേ
ഷം, വേണമെങ്കിൽ ഒരു സ്ലോമോഷൻകൊടുത്ത് ചുവന്ന രക്തമിങ്ങനെ
ഷാഡോ കൊടുത്ത് വേലിയേറ്റവും വേലിയിറക്കവുംപോലെ കാണിക്കാം.
മുടിച്ചുരുളുകൾക്കിടയിൽ സാവുവിന്റെ തിളക്കമാർന്ന പല്ലുകളുടെ ശോഭ
ഹൈലൈറ്റ്സ് ചെയ്യാം.

ഈ സമയം നമ്മുടെ ബുദ്ധിജീവികൾ ഓക്കെയും ഗുഡ്നൈറ്റും
പറഞ്ഞ് പിരിയുകയായിരുന്നു. വർദ്ധിച്ചുവരുന്ന സൂയിസൈഡിങ്മാനി
യയെക്കുറിച്ച് പരസ്പരം പറഞ്ഞ കാര്യങ്ങൾ ഓർത്തു ദുഃഖിച്ച് കഷ്ടം
എന്നു പറയുകയും ആ ദുഃഖം മറക്കാൻ രണ്ടു ബാറുകളിലേക്കായി കാർ
ഓടിക്കുകയും ചെയ്തു. ഒരു ബാറിലേക്ക് ഒന്നിച്ചു നീങ്ങാമായിരുന്നില്ലേ
എന്നു തോന്നാം.

പക്ഷേ, ബാറിൽ പോകണമെന്ന ആവശ്യം പരസ്പരം അവർ പങ്കു
വയ്ക്കുന്നില്ലല്ലോ. ഒന്നിച്ചുകൂടിയാൽ ഇനിയും മീഡിയ മാനിപ്പുലേഷനും
സൂയിസൈഡിങ് മാനിയയുമൊക്കെ സംസാരിച്ച് സമയം പോയേക്കാം.
കാരണം അത്രയ്ക്കുണ്ടല്ലോ പറയുവാൻ. മാത്രമല്ല, താമസിച്ചു വീട്ടിലെ
ത്തിയാൽ ഒരുപക്ഷേ, ക്രോർപതി കാണാനൊക്കുകയുമില്ല. അമ്പതു
ലക്ഷം രൂപവരെ ഉത്തരം പറഞ്ഞുപറഞ്ഞ് എത്തി, ആറായിരത്തിലേക്ക്
ടപ്പനെ തിരിച്ചുവരുന്നത് കാണാൻ ഒരു ത്രില്ലുതന്നെയെന്നോർത്ത് അവർ
ഊറിച്ചിരിക്കുന്നുമുണ്ടായിരുന്നു.

നമ്മുടെ രണ്ടു പെൺകുട്ടികൾക്കും ഈയിടെ ആത്മഹത്യചെയ്ത
അഞ്ചംഗ കുടുംബത്തിന്റെ അടുത്തുതന്നെ ഇടം കിട്ടിയിരുന്നു.

ആരോ ഒരാൾ

ചതി, ക്രൂരത, കൊലപാതകം, അതിക്രമം, പീഡനം, പെൺവാ
ണിഭം, യുദ്ധം ഇതൊന്നും വേണ്ട കഥയിൽ. കഥാകൃത്ത് ഈ നിർദ്ദേശ
ങ്ങൾ എല്ലാം കേട്ട് എഴുതാനിരുന്നു. സംവിധായകൻ ഓടി നടന്ന് ചിന്തി
ക്കുന്നുണ്ട്. ചിന്തിക്കട്ടെ. കഥ പുതുമയുടെ ഉടുപ്പണിഞ്ഞു കഴിഞ്ഞു.

*   *   *   *   *   *

യൂഫ്രട്ടീസ് നദിക്കരയിലെ പുതുതായി പൊട്ടിമുളച്ച ഒരു മുറിയിലി
രുന്നാണ് ഷഹാനാസ് ഇബ്നുബത്തൂത്ത എന്ന പെൺകുട്ടി തലേന്നു
കണ്ട സ്വപ്നത്തിന്റെ കുരുക്കഴിച്ചത്. മാന്ത്രികതയുടെ ഒരു വിദ്യുത്
തരംഗം അവളെ തരളിതയാക്കിയിരുന്നു. എങ്കിലും അവൾ ഭയമുള്ളവ
ളായിരുന്നില്ല. അല്ലെങ്കിൽ ഭൂമിയുടെ അടിത്തട്ടിൽ നിന്ന് പെട്ടെന്ന് രൂപം
കൊണ്ട കൊച്ചുമുറിയുടെ മായികത അവളുടെ ബോധത്തെത്തന്നെ
മറച്ചേനേ. തലേന്നു പെയ്ത ചുവന്ന മഴയിൽനിന്നും അവൾ കുപ്പിയിൽ
നിറച്ചുവച്ച വെള്ളമത്രയും ചോരയായി മാറിയിരുന്നു. കലർപ്പില്ലാത്ത ചുവ
ന്നചോര.

സ്വപ്നത്തിന്റെ ആദ്യഘട്ടത്തിൽ പൂക്കളാകെ വയലറ്റ് നിറമണിഞ്ഞി
രുന്നു. പൂക്കളുടെ പേര് ഓർത്തെടുക്കാൻ എത്ര ശ്രമിച്ചിട്ടും അവൾക്ക്
കഴിഞ്ഞതേയില്ല. സൂര്യകാന്തി? മെയ്മാസപ്പൂവ്? കാണെക്കാണെ പൂക്ക
ളാകെ കറുപ്പിന്റെ ചരമനിറം പുതച്ചുനിന്നു. കറുപ്പിന്റെ അത്യഗാധത
യിൽ പിന്നെ പൂക്കളേ ഇല്ലായിരുന്നു.

സ്വപ്നത്തിന്റെ രണ്ടാം പകുതിയിലാണ് മരണപ്പെട്ടവരെല്ലാം നിന്ന്
ആടിപ്പാടിയത്. അക്കൂട്ടത്തിൽ അവൾക്ക് വേണ്ടപ്പെട്ടവരെല്ലാമുണ്ടായി

രുന്നു. ആ നേരം സ്നേഹത്തിന്റെ ഒരു പുഴ അതുവഴി ഒഴുകുകയും അവളാ പുഴയിൽ നഗ്നയായി കിടന്ന് നീന്തുകയും ചെയ്തു. പ്രണയിനി മാരുടെ പ്രണയമന്ത്രയും നിലാവിലൂടെ സുഗന്ധം പരത്തി ഒഴുകിയെ ത്തിയിരുന്നു. പക്ഷേ, എത്ര പെട്ടെന്നാണ് വൈറസുകൾ പെൺകുട്ടിയെ കീഴ്പ്പെടുത്തിയത്. കാക്കത്തൊള്ളായിരം കോടി വൈറസുകളുടെ ആര വം. യുദ്ധവൈറസുകൾ പെൺകുട്ടിയെ മാറിമാറിയാണ് ബലാത്സംഗം ചെയ്തത്.

അനിശ്ചിതത്വത്തിന്റെ മുൾനിലങ്ങളിൽ ഷഹ്നാസ് ഇബനുബ ത്തൂത്ത എന്ന പെൺകുട്ടിയും മരണപ്പെട്ടവളായിത്തീർന്നു. പറഞ്ഞു പറഞ്ഞുവന്ന് ഇങ്ങനെയൊക്കെ അവസാനിച്ചതോർത്ത് കഥാകൃത്ത് ഞെട്ടിയെങ്കിലും ഒരു കട്ടൻ കാപ്പി കുടിച്ച് ചിന്തയെ ഉഷാറാക്കി. വരട്ടെ കഥയുടെ അന്ത്യത്തിൽ ഒരു മിനുക്കുപണി നടത്തി തിരുത്താം.

പുത്തേടൻവീട്ടിൽ കണാരേട്ടന്റെ മകൾ മീനുവെന്ന പി കെ മീനാ ക്ഷിക്കും ഷഹാനാസ് ഇബ്നു ബത്തൂത്തയുടെ അതേ പ്രായം തന്നെ. കെ പി എ സി നാടകഗാനങ്ങളുടെയെല്ലാം ആദ്യവരികൾ കാണാപ്പാഠം പഠിച്ച് മൂളി, തല ചെറുതായൊന്ന് കുലുക്കി, ബീഡി തെറുത്ത് തെറുത്ത് മഞ്ഞയായിപ്പോയ വിരലുകളുള്ള ഒരു വടക്കൻ ഗ്രാമീണ ചിന്തകനാണ് കണാരേട്ടൻ. മീനുവിന്റെ സ്വപ്നങ്ങളിൽ മൂശാരിപ്പൂന്റേം മീൻകാരൻ സെയ്താലിയുടെയും പുരകൾ പെട്ടെന്ന് കാണാതാവുകയും അത്താനി ക്കൽ എന്നൊരു ദേശംതന്നെ കത്തിച്ചാമ്പലാവുകയും ചെയ്യുക പതിവാ യിരുന്നു. ഇരുളിൽ പതുങ്ങിയിരുന്ന് മന്ത്രവാദികൾ തീഗോളങ്ങളെ അന്ത രീക്ഷത്തിലേക്കെറിഞ്ഞ് കളിച്ച് രസിക്കുക പതിവായിരുന്നു. ആദ്യ മൊക്കെ കണാരേട്ടന്റെ ബീഡിമുറത്തിൽ വിരലുകളോടിച്ച് വള്ളിപുള്ളി വിടാതെ മീനു ഈ സ്വപ്നങ്ങളെക്കുറിച്ച് പറഞ്ഞുകേൾപ്പിച്ചത് കണാ രേട്ടൻ കാര്യമാക്കിയില്ല. പിന്നെപ്പിന്നെ സ്വപ്നങ്ങളുടെ ഉറവിടം തേടി കണ്ടുപിടിക്കുവാൻ അയാൾ പുഷ്പലതയെ ഏകാംഗ കമീഷനായി നിയ മിച്ചു.

"ഇന്റെ പുഷ്പേ ഞ്ഞി കേക്ക്ണില്ലേ മോളി പറേണ്ത് – ഒരു തള്ളേന്റെ ചുമതല്യാ ഇത്ക്കെ ശ്രദ്ധിക്കണേ." കണാരേട്ടന് വിശപ്പും ദാഹവും വറ്റി പോവുകയും തൊഴിലിൽ താല്പര്യം കുറയുകയും ചെയ്തു. പുഷ്പലത ഇതൊന്നും ഗൗനിച്ചിരുന്നില്ലെങ്കിലും കണാരേട്ടന്റെ സമ്മർദ്ദത്തിനു വഴങ്ങി ആദ്യനിരീക്ഷണഘട്ടത്തിലേക്ക് കടന്നു. അവൾ മീനുവിന്റെ പുസ്തകങ്ങളും മഷിവീണു കറുത്തു പഴകിയ തടിമേശ യുടെ വലിപ്പും പരിശോധിച്ചു. കുട്ടിയല്ലേ എവിടെ നിന്നെല്ലാം എങ്ങ നെയാണ് സ്വപ്നം വന്നണയുന്നത് എന്നറിയില്ലല്ലോ. *മീശമാധവനിലെ* 'ചിങ്ങമാസം വന്നു ചേർന്നാൽ' എന്ന പാട്ട് കുത്തിക്കുറിച്ച് ഒരു തുണ്ട് കടലാസ് കിട്ടി. മോഹൻലാൽ മീശപിരിച്ചു നില്ക്കുന്ന ഒരുപടം കിട്ടി. ഇല്ല ഇതൊന്നും തെളിവേ അല്ല. ഓരോ ഘട്ടത്തിന്റെ അവസാനത്തിലും കണാരൻ അതൃപ്തി കാണിച്ചു. മീനുവിന്റെ പച്ചപ്പാവാടേം വെള്ള

ബ്ലൗസും കറപിടിച്ചു കറുത്ത കമ്മീസും പുഷ്പ മണത്തു. "ഇല്ല ഒന്നൂ ല്യ. കശുമാങ്ങേടേം കപ്പലണ്ടീടേം മണണ്ട്. അത്രന്നെ"

മീനുവിന്റെ സ്കൂളിലേക്കുള്ള വഴികളെല്ലാം പുഷ്പ നടന്നുതീർത്തു. പച്ചപ്പുല്ലിന്റെയും പുതുമഴയുടെയും മണം ചുരത്തുന്ന റബ്ബർ കാട്ടിലൂടെ പുഷ്പ വൈരാഗ്യബുദ്ധിയോടെ നടന്നു കിതച്ചു. "ഇല്ല ഒരു തുമ്പുല്ല്യ." വാകകൾ പൂത്ത സ്കൂൾ മുറ്റത്തൂടെ നടന്നുനടന്ന് ചീത്തവാക്കുകൾ അക്ഷരത്തെറ്റോടെ എഴുതിവച്ചിരിക്കുന്ന മൂത്രപ്പുരയും കടന്ന് നടന്നു തീർത്ത വഴികളിലൂടെ തിരിച്ചും നടന്നു പുഷ്പ.

മീനൂട്ടിയുടെ സ്വപ്നങ്ങളെന്തേ ഇങ്ങനാകാൻ?

കണാരേട്ടന് പറയാനുള്ള കാരണങ്ങൾ കണ്ടെത്താനാകാതെ പുഷ്പലത വീടിന്റെ ഒതുക്കു കല്ലുകൾ ചവിട്ടിക്കയറി ഉമ്മറത്ത് തളർന്നി രുന്നു. മീനുവിന്റെ സന്ധ്യാനാമജപത്തിനു മുകളിലൂടെ കരിമ്പൂച്ച കളെപ്പോലെ സ്വപ്നങ്ങൾ പതുങ്ങിനടക്കുന്നതായി പുഷ്പലതയ്ക്കു തോന്നി.

അടുത്തെവിടെ നിന്നോ താളാത്മകമല്ലാത്ത വിഭ്രമിപ്പിക്കുന്ന ഒരല മുറ.

എവിടുന്നെല്ലാമോ പാഞ്ഞെത്തുന്ന പന്തങ്ങളും ചൂട്ടുകറ്റകളും.

നോക്കി നോക്കി നില്ക്കെ മീനുവിന്റെ വെള്ളാരങ്കല്ലൻ കണ്ണുകൾ ഒരു പേടിച്ചുഴിയിലേക്ക് ഊളിയിട്ടിറങ്ങവെ....

"ന്റെ കുട്ടിക്കെന്തുപറ്റി" യെന്ന് കണാരേട്ടനും പുഷ്പലതേം വില പിക്കാൻ തുടങ്ങവെ.............. കഥ നിറുത്തിയിരുന്നു. ഈ കഥാപാത്ര ങ്ങളെങ്കിലും ദുരന്തത്തീയിൽ ചാടാതിരിക്കട്ടെ എന്നേ കഥാകൃത്ത് കരു തിയുള്ളൂ.

ഷഹാനാസ് ഇബ്നുബത്തൂത്തയെയും മീനുവിനെയും കണാരേട്ട നെയും പുഷ്പലതേനേം ഒന്നടുക്കിവയ്ക്കുകയായിരുന്നു അയാൾ – കഥാ കൃത്ത്.

ചാരുകസേരയിൽ മലർന്ന് നെഞ്ചിൻകൂട്ടിനുള്ളിലെ ചിന്തകളെയും, തൊണ്ടയിൽ വേരോടിയ വാക്കുകളെയും എന്തിന്, പ്രമേഹം നക്കിത്തു ടച്ച ശരീരത്തെപ്പോലും വേരോടെ പിഴുത് മാറ്റിക്കൊണ്ടല്ലേ ആരോ ഒരാളും കൂട്ടരും ഇരുളിൽ മറഞ്ഞത്.

ഒരു കഥാകൃത്തിന്റെ പ്രശ്നങ്ങൾ

ട്രിവാൻഡ്രം ഹോട്ടലിൽ വെച്ച് കൃത്യം രണ്ടരയ്ക്ക് കഥവായനയും ചർച്ചയും എന്നുതന്നെയാണ് അക്ബർ അറിയിച്ചിരുന്നത്. രണ്ടു കഥകൾ സ്റ്റോക്കുണ്ടായിരുന്നതുകൊണ്ട് രക്ഷപ്പെട്ടു. ഒരു കഥ വർണ്ണമഴയെ ക്കുറിച്ചായിരുന്നു. അത് പ്രസിദ്ധീകരിക്കാമെന്ന് സമകാലിക മലയാളം കാര് വാക്കു തന്നിട്ട് വർഷമൊന്നാകാറായെങ്കിലും കഥാകൃത്ത് എന്ന നിലയിൽ ഞാനിപ്പോഴും പ്രതീക്ഷ കൈവിട്ടിട്ടില്ല. പ്രതീക്ഷകളാണല്ലോ എല്ലാവരെയും നയിക്കുന്നത്. എന്തായാലും പ്രതീക്ഷയും വർണ്ണമഴയും സമകാലികമലയാളവും നില്ക്കട്ടെ.

ഇന്ന് സിസ്റ്റർ ആൻസീടെ കഥതന്നെ വായിച്ചുകളയാം.

ഹോട്ടലിന്റെ മുൻവശത്തുള്ള റോഡരികിൽത്തന്നെ അക്ബർ കാത്തുനിന്നിരുന്നു. എന്നും റിഡക്ഷൻ സെയിലുള്ള തുണിക്കടയിൽ നന്നെ തിരക്കു കുറവ്. പൊടിയണിഞ്ഞ് തൂങ്ങിക്കിടക്കുന്ന ചുരിദാറും നൈറ്റിയും. ഒരു സുന്ദരിയുടെ ദേഹത്ത് ചേർന്നുകിടക്കാൻ കഴിയാത്ത ഹതഭാഗ്യരായ ചുരിദാറും രാത്രി വസ്ത്രവും. ഞാൻ അതോർത്ത് പുഞ്ചി രിച്ചത് അക്ബറിലേക്കാണ്. അയാളുടെ കൂർത്ത കണ്ണുകൾകൊണ്ടുള്ള സ്റ്റെലൻനോട്ടം എനിക്കിഷ്ടമാണ്. ബുദ്ധിജീവിക്ക് ചേർന്ന ചിരിയും ഇഷ്ടം.

"മൂന്നാല് കഥ പ്രസിദ്ധീകരിച്ചിട്ടുള്ള ധൈര്യോന്നും കഥ വായി ക്കുമ്പം ഉണ്ടായെന്നു വരില്ല." ഞാൻ സ്വയം ഒരു തയ്യാറെടുപ്പ് നടത്തി ക്കൊണ്ട് അക്ബറിനോടു പറഞ്ഞു. ചെറിയൊരഹങ്കാരം തല പൊക്ക്ണ്ടോ - ശ്ശെ വെറും തോന്നലാ.

അക്ബർ എന്നെ സദസ്സിനു പരിചയപ്പെടുത്തി. ചുരിദാറിന്റെ കോട്ടൺഷാൾ വിയർപ്പിൽ നനയാൻ തുടങ്ങിയിരുന്നു. ഒരു നിമിഷം കണ്ണടച്ചു ധ്യാനിച്ച് ഞാൻ കഥാവായന തുടങ്ങി. മരിച്ചവരെക്കുറിച്ച് ഏറെ പ്രതീക്ഷയുണ്ടായിരുന്നു സിസ്റ്റർ ലൂസിയയ്ക്ക്. ഇതാണ് കഥയുടെ തുടക്കം.

കഥയുടെ സീക്വൻസ് നഷ്ടപ്പെടാതിരിക്കാൻ ആത്മഗതങ്ങൾ ഒഴിവാക്കണമെന്നു വിചാരിച്ചു. ശരി, ഇനി ആത്മഗതം വേണ്ട. കഥ തുടരാം. അവർ ആൻസി മാത്യുവിന്റെ അടഞ്ഞിരുന്നിട്ടും വിഷാദനീലിമ പുരണ്ട കൺകോണുകളിലേക്ക് ഏറെ കരുതലോടെയും എന്നാൽ അക്ഷമയോടെയും നോക്കി. ടാറ്റാസുമോയേക്കാൾ വലിപ്പമുള്ള ആംബുലൻസ് വിൻഡോയിലൂടെ ഒരു നനുത്ത കാറ്റ് ആൻസി മാത്യുവിന്റെ ചുണ്ടുകളെ തൊട്ട് ഇക്കിളിപ്പെടുത്താതെ നെറ്റിയിലേക്ക് അല്പം മാത്രം ഇറങ്ങിക്കിടക്കുന്ന അളകങ്ങളെ തലോടിക്കൊണ്ടേയിരുന്നു.

സിസ്റ്റർ ലൂസിയ എത്രനേരമായി ഇതെല്ലാം തന്നെ കണ്ടുകൊണ്ടും ആൻസി മാത്യു വാതോരാതെ പറയാറുള്ള അവളുടെ വിചിത്രമായ സ്വപ്നങ്ങളെ, അവളുടെ ഈയവസ്ഥയുമായി കൂട്ടിക്കലർത്തിയും ആലോചിക്കാൻ തുടങ്ങിയിട്ട്.

പുറത്ത് നിയോൺ ബൾബുകളുടെ അരിച്ചിറങ്ങുന്ന വിവിധ വർണ്ണങ്ങളിലെ വെളിച്ചം വാനിനകത്തേക്ക് മാറി മാറി വന്നുകൊണ്ടേയിരുന്നു. തണുപ്പ് മെല്ലെ നുഴഞ്ഞുകയറാൻ തുടങ്ങിയപ്പോൾ സിസ്റ്റർ ലൂസിയ ആൻസി മാത്യുവിന്റെ മുഖത്തേക്കുകൂടി വെള്ളത്തുണി സ്നേഹപൂർവ്വം വലിച്ചിട്ടു. മുമ്പിലെ കണ്ണാടിയിലൂടെ നോക്കിയാൽ പിന്നാലെ വരുന്ന കാർ കാണാമായിരുന്നു. ആൻസിയുടെ ബന്ധുക്കളായിരുന്നു അതിൽ. കർത്താവിന്റെ മണവാട്ടിയാകാൻ പോയ ആൻസി എന്തിന് മരണത്തിലേക്ക് താനേ നടന്നു എന്നതിനെക്കുറിച്ചായിരിക്കാം അവരെല്ലാം ആലോചിക്കുന്നത്.

വണ്ടി പെട്രോൾബങ്കിൽ കുറച്ചുനേരം നിർത്തിയപ്പോൾ ക്യാഷ് കൗണ്ടറിനടുത്ത് നിന്ന രണ്ടുപേർ വാനിനുള്ളിലേക്ക് പാളിനോക്കി എന്തൊക്കെയോ അടക്കം പറയുകയും ചിരിക്കുകയും ചെയ്തു. അവർ ആൻസിയെ കണ്ട ലക്ഷണമില്ല. സിസ്റ്റർ ഗൗരവം വിടാതെ തന്നെ, ശിരോവസ്ത്രം ഒന്നു പിടിച്ച് നേരെയിട്ട് മുഖം കൈക്കുള്ളിൽ താങ്ങിയിരുന്നു. വണ്ടി നീങ്ങിയിട്ടും അവരുടെ നോട്ടം തന്നെ പിന്തുടരുന്നതായി സിസ്റ്ററി നറിയാമായിരുന്നു. സിസ്റ്റർ ലൂസിയയുടെ ധൈര്യത്തെക്കുറിച്ചായിരുന്നു ആ നേരമത്രയും ഡ്രൈവറും കോൺവെന്റിലെ സഹായി ചാക്കോ ച്ചനുംകൂടി അടക്കത്തിൽ സംസാരിച്ചുകൊണ്ടിരുന്നത്. "അപാര ധൈര്യാ...

അല്ലെങ്കിങ്ങനെ ശവത്തിനരികെത്തന്നെ കുത്തിരിക്കോ?" കഥയ്ക്കൊരു ദുരൂഹതയുടെ അടിനീർ എവിടെയെങ്കിലും ഉറവപൊട്ടുന്നുണ്ടോ? ഞാൻ അക്ബറിനെ ഒളികണ്ണാൽ നോക്കി. അയാൾ താടി ഉഴിഞ്ഞിരിപ്പാണ്. കഥ സദസ്സ് ശ്രദ്ധിക്കുന്നുണ്ട്. തീർച്ച. ഞാൻ കഥ തുടർന്നു. സിസ്റ്റർ ലൂസിയയ്ക്ക് ആൻസിയുടെ മുഖം കാണാൻ തോന്നി.

വെണ്മയോടെ ഉയർന്നു നില്ക്കുന്ന ആൻസിയുടെ വടിവൊത്ത മൂക്കി നുമേൽ സിസ്റ്റർ ഒന്നു തൊട്ടു. അവൾ ചിരിച്ചോ?

മോതിരവളയങ്ങളുള്ള കിണറിനുള്ളിലെ വന്യമായ അഗാധതയിലും നീയിങ്ങനെ ചിരിച്ചുവോ? സിസ്റ്റർ ദൈവവചനങ്ങളിൽ മുഴുകി. അതു പക്ഷേ, പതിവുപോലെ ഏകാഗ്രമാക്കാൻ സിസ്റ്ററിനു കഴിഞ്ഞില്ല. ആൻസി നനഞ്ഞ ഒരു പക്ഷിയെപ്പോലെ... മരണത്തിന്റെ ഒരു നനുത്ത തൂവൽ സ്പർശത്തിന്റെ സുഖദമായ ഓർമ്മ ആൻസിയുടെ മിഴിക്കോ ണിൽ ഒതുങ്ങിക്കിടക്കുന്നുവെന്ന് കവയിത്രി കൂടിയായ സിസ്റ്റർ വെറോ ണിക്ക ചുറ്റിനും കൂടി നിന്ന പൊലീസ് കേൾക്കാതെ സ്വകാര്യമായി ചെവി യിൽ പറഞ്ഞതു ശരിയാണെന്നുതന്നെ സിസ്റ്റർ ലൂസിയ വിശ്വസിച്ചു. തണുത്ത കാറ്റ് വണ്ടിക്കുള്ളിലേക്ക് കിതച്ചെത്തിയെങ്കിലും സിസ്റ്റർ ലൂസിയ വിയർപ്പിൽ കുളിച്ചു. അവർ ബാഗിനുള്ളിലെ ഡയറിയെടുത്തു. താളുകൾ വ്യഗ്രതയോടെ സ്വയം മറിയുകയാണ്. ആൻസിയുടെ വടിവൊത്ത ചെറിയ അക്ഷരങ്ങൾ. സിസ്റ്ററിന്റെ കൈവെള്ളയിലെ വിയർപ്പിൽ ഡയറിയുടെ കറുപ്പുനിറത്തിലുള്ള പുറംചട്ട നനഞ്ഞിരുന്നു. ആൻസിയുടെ ഡയറിക്കുറിപ്പുകൾക്ക് ഒരു ചോദ്യാവലിയുടെ മട്ടുണ്ടാ യിരുന്നു.

മഠത്തിനു വെളിയിലെ പടിപ്പുരയിലെ മണി ഇന്ന് മുഴങ്ങുന്നത് ആർക്കുവേണ്ടിയാണ്? ഇന്ന് ഏത് ആകുലതയുമായി ആരാണ് പടിവാ തില്ക്കൽ? വ്യസനങ്ങളുടെ നീണ്ട ഇടനാഴികളിൽ നിന്ന് ആരാണ് മോചനം ആഗ്രഹിക്കുന്നത്? വെള്ളത്തുണിയിൽ പൊതിഞ്ഞും പൊതി യാതെയും കൈകാലുകളിട്ടിളക്കുന്ന ഇളംപൈതലുകൾ കരയുന്നുവോ? ഞാൻ ഉറക്കത്തിൽ ഞെട്ടിയുണർന്ന് ചെവിയോർത്തു. എല്ലാം തോന്ന ലുകളാണോ? കുരിശുവരച്ച് ക്രിസ്തുദേവന്റെ രൂപമെടുത്ത് ചുണ്ടിൽ ചേർത്ത് മുടിക്കെട്ട് ഒതുക്കി, ഞാൻ ജനൽപ്പാളി തുറന്നിട്ടു. മഞ്ഞിൻപാ ളികൾ പകുത്ത് വരാൻ മടിച്ചുനില്ക്കുന്ന പ്രഭാതം.

വെറുതെ ആകാശം നോക്കി ഒരു നിമിഷം നിന്നു. പണ്ടും ഇങ്ങനെയായിരുന്നുവല്ലോ. അപ്പച്ചന്റെയും അമ്മച്ചിയുടെയും ഒപ്പമു ണർന്നാലും വീണ്ടും സ്വപ്നം കണ്ട് ആകാശം നോക്കി ഇരിക്കാറുണ്ട ല്ലോ. ഓർമ്മകളിൽ നിന്ന് ഒരു പശുക്കുട്ടി തൊട്ടാവാടികളുടെ ഇളം മുള്ളു

കളിൽ കാലുകളുടക്കുമെന്നറിയാതെ തുള്ളിച്ചാടിവരുന്നുവോ?

അനന്തമായ കാലം ചെവിയോർത്തുനില്ക്കാറുള്ള പെൺകുട്ടിയെ വിട്ട് പശുക്കുട്ടി എവിടെയാണ് മറഞ്ഞത്? "ആൻസി ഇന്നും സ്വപ്നത്തി ലാ..." സിസ്റ്റർ ലൂസിയ മുറിക്കുള്ളിലേക്ക് വന്നത് ഞാൻ അറിഞ്ഞതേ യില്ല. "അടുക്കളേൽ മോളി കട്ടൻകാപ്പി ഇട്ടിട്ട്ണ്ട്. വരുന്നോ?" സിസ്റ്റർ ടപ് ടപ് എന്നു നടന്നുപോയി. അവർക്ക് എല്ലാം ധൃതിയിൽ ചെയ്യണം. കാലത്തിന്റെ വേഗതയ്ക്കൊപ്പം നടക്കാനാണല്ലോ അവർക്കിഷ്ടം.

ഇത്രയുമായപ്പോഴേക്കും ഒരു വലിയ മഴയോടൊപ്പം വന്ന കാറ്റിൽ സിസ്റ്റർ ലൂസിയയുടെ കൈയിലിരുന്ന ഡയറിയുടെ ശൂന്യമായ വെളുത്ത പേജുകൾ ശബ്ദത്തോടെ ധൃതിയിൽ മറിഞ്ഞു. വെള്ളത്തുണിയുടെ സുതാര്യതയിലൂടെ ആൻസിയുടെ കണ്ണുകൾ ജ്വലിച്ചുവരുന്നതായും പിന്നെ ഒരു നൂറായിരം ചോദ്യങ്ങൾ വിതറി അവ തന്റെ നേർക്ക് പറന്നു വരുന്നതായും സിസ്റ്റർ ലൂസിയ അറിഞ്ഞു. ഞാൻ കഥ നിർത്തി ഒന്നു നിശ്വസിച്ചു. അക്ബറിനെ നോക്കി, കാണാഞ്ഞ് സദസ്സിലേക്ക് ഒരു കള്ള നോട്ടമെറിഞ്ഞു. എന്തോ ഒരു പന്തികേട്. "ഇങ്ങനങ്ങ് ഈ കഥ നിർത്ത്യാ ലെങ്ങനാ. സിസ്റ്റർ ലൂസിയക്ക് ആൻസി മാത്യുവിന്റെ മരണത്തിൽ പങ്കു ണ്ടെന്നു വരുത്താനുള്ള കഥാകാരിയുടെ കുത്സിതശ്രമം വിലപ്പോവില്ല." കണ്ടിട്ട് ഒരു റബ്ബറച്ചായനെപ്പോലെ ഒരാളാണ് പ്രതിരോധത്തിന്റെ കുന്ത മുന എന്നിലേക്കെറിയുന്നത്.

"അങ്ങനായാൽ എങ്ങിന്യാ. സിസ്റ്റർ ലൂസിയ ചെയ്യില്ലാന്നുറപ്പൊ ന്നുല്യ" - മറ്റൊരാൾ.

"അല്ല ഇപ്പം ഈ സിസ്റ്റർ ആൻസി ചാവോ, ചാവാതിരിക്കോ എന്തു മാകട്ടെ, പക്ഷേ, സിസ്റ്റർ ലൂസിയയെ ഇതിലേക്കൊന്നും വലിച്ചിഴയ്ക്ക രുത്." റബ്ബർ പാൽച്ചിരിയോടെ അച്ചായനാണ്. എനിക്ക് കലശലായ ദാഹം തോന്നി. അക്ബർ എവിടെ? തല ചുറ്റുണ്ടോ. ഈ കഥയെഴുത്തും വായനയുമൊക്കെ എന്തൊരു പൊല്ലാപ്പ. റബ്ബറച്ചായനെ റബ്ബർ പോലെ വലിച്ച് പൂർവ്വസ്ഥാനത്തേക്ക് തിരിച്ചുവിടാനുള്ള ദേഷ്യം തോന്നി. ഞാൻ ട്രിവാൻഡ്രം ഹോട്ടലിന്റെ പടിക്കെട്ടുകളിറങ്ങി പ്രകടനക്കാരായ ഇൻഫാം അച്ചന്മാരെ കാണാതെ ഓട്ടോക്ക് കൈകാണിച്ചു നിർത്തി.

'പ്രിയപ്പെട്ട എന്റെ കഥാപാത്രമേ, ആൻസി മാത്യു, ആൻസി സിസ്റ്റ റെ, ലൂസി സിസ്റ്ററെ മാപ്പ്. അക്ബറെ മാപ്പ്....ട്രിവാൻഡ്രം ഹോട്ടലിലി പ്പോൾ ചർച്ച ചൂടുപിടിച്ചുകഴിഞ്ഞിരിക്കും.' ഓട്ടോയിലിരുന്ന് ഞാൻ ചിന്തി ച്ചു. അല്ലെങ്കിൽ മാപ്പൊന്നും വേണ്ട. കഥയുടെ പശ്ചാത്തലമൊന്നു കൂടി മാറ്റി ആൻസി മാത്യുവിനും സിസ്റ്റർ ലൂസിയക്കും എക്സ് ഓർ വൈ പേരു നിർദ്ദേശിച്ചാൽ മതിയല്ലോ.

പിന്നെന്ത്? റബ്ബറച്ചായൻ പോയി സായിപ്പന്മാർക്ക് ഇഷ്ടമുള്ള ഒരു റബ്ബർ പ്രോഡക്ട് ഉണ്ടാക്കി കയറ്റുമതി ചെയ്ത് സർക്കാരിന്റെ സാമ്പത്തികസ്ഥിതി മെച്ചപ്പെടുത്തട്ടെ. 'മ' പത്രത്തിൽ അതിനെക്കുറിച്ച് ഒരു ലേഖനമെഴുതട്ടെ. മണ്ണാങ്കട്ട. ഓട്ടോറിക്ഷ ഇപ്പോൾ എന്നെയുംകൊണ്ട് നോക്കുകുത്തികളായ പ്രതിമകളെയൊക്കെ മറികടന്ന് മുന്നോട്ടു കുതിക്കുകയാണ്.

മാൻ ഓഫ് ദി മാച്ച്

സിനിമാ സ്റ്റൈലിലുള്ള ഒരപ്പന്റെ മുഖച്ഛായയായിരുന്നു റോഷൻ ഫെർണാണ്ടസിന്റെ അപ്പനും ഉണ്ടായിരുന്നത്. എങ്കിലും ഒരുപിശുക്കന്റെ പതിവുകണ്ണടയും തോളിലെ വെള്ള നേര്യതും കൂർത്ത ചെറിയ കണ്ണു കളും അയാൾക്കില്ലായിരുന്നു. പകരം വായിൽ സദാനേരവും ച്യൂയിംഗവും കൈത്തണ്ടയിൽ അയഞ്ഞുകിടക്കുന്ന സ്വർണ്ണചെയിനും മഞ്ഞനിറമുള്ള സിൽക്ക് ജുബ്ബയും റോഷൻ ഫെർണാണ്ടസിന്റെ അപ്പനെന്ന നിലയിൽ അയാളെ മോടി പിടിപ്പിച്ചിരുന്നു. ഏകദേശം രാജൻ പി ദേവ് സ്റ്റൈലി ലുള്ള ഒരപ്പൻ.

കഥയിലെ മകന്റെ പേരു കേൾക്കുമ്പോൾ ആർക്കും തോന്നും ഫെർണാണ്ടസ് എന്നായിരിക്കാം അപ്പന്റെ പേരെന്ന്. പക്ഷേ, തെറ്റി. റോഷൻ ഫെർണാണ്ടസിന്റെ പേരിനു പിന്നിൽ ഒരു മാറ്റത്തിന്റെ ചരിത്ര മുണ്ട്. റോഷൻ ഫെർണാണ്ടസ് എന്നത് ഗസറ്റിൽ പരസ്യപ്പെടുത്തി മാറ്റം വരുത്തിയ പേരാണ്. അതുകൊണ്ട് പഴയത് എന്തായാലും, അതായത് അഗസ്റ്റിയെന്നോ ചാക്കോയെന്നോ ചെറിയാനെന്നോ എന്തായാലും അതി നിവിടെ പ്രസക്തിയില്ല.

റോഷൻ ഫെർണാണ്ടസിന് പ്രാതലിന് അമ്മ വിളമ്പിയത് തലച്ചോറ് ഫ്രൈ ആക്കിയതും കരൾ പിഴിഞ്ഞുണ്ടാക്കിയെടുത്ത സോസേജും ആയിരുന്നു. തലച്ചോറിനു ചുറ്റും പ്ലെയിറ്റിൽ അതിരിട്ടിരുന്ന മുന്തിരിപ്പഴ ങ്ങൾ കൃഷ്ണമണികൾപോലെ തിളങ്ങി. ഒരു കാര്യം പ്രത്യേകം ശ്രദ്ധി ക്കണം. എന്തിന്റെ കരൾ എന്തിന്റെ തലച്ചോറ് എന്നൊന്നും ചാടിക്കയറി ചോദിക്കരുത്. പതിവുപോലെ പ്രാതൽ നേരത്തും ടി വിയിലേക്ക് കണ്ണും ചെവിയുമെറിഞ്ഞ് സച്ചിൻ ടെണ്ടുൽക്കറുടെ സിക്സറിലേക്ക് കൂപ്പുകു ത്തുകയായിരുന്നു റോഷൻ.

"സച്ചിന്റെ ചിരി കണ്ടാത്തോന്നും ഇന്നസെന്റാന്ന് – ല്യോടി" അപ്പൻ ഭാര്യയോട് ചോദിച്ചു. റോഷൻ ഫെർണാണ്ടസ് അപ്പന്റെ ചോദ്യം കേട്ടില്ല. കേട്ടിരുന്നുവെങ്കിൽ "വാട്ട് നോൺസെൻസ് യു ആർ ടാക്കിങ്" എന്നു ചോദിച്ച് അപ്പന്റെ നിസ്സാര ചോദ്യത്തിനുമേൽ ഒരു നോട്ടമെറിഞ്ഞേനേ റോഷൻ.

മകൻ പതിവിലധികം ക്ഷുഭിതനും അശാന്തനും ആയി കാണപ്പെട്ടു. ക്രിക്കറ്റ് കളി ടി വിയിൽ തെളിയുന്ന ദിവസങ്ങളിലെല്ലാം അയാൾ അങ്ങ നെയാകാറുണ്ട്. ചിലപ്പൊഴൊക്കെ അയാൾ ഉന്മാദം പൂണ്ട് നൃത്തവും ചെയ്യാറുണ്ട്. റോഷൻ ഒരു പിടി തലച്ചോറെടുത്ത് ചവച്ച് റിമോട്ടിൽ ബല മായി അമർത്തി സ്ക്രീനിലെ ക്ലോസപ്പ് വ്യക്തമാക്കാൻ നോക്കി യപ്പോഴേക്കും സച്ചിൻ മറഞ്ഞിരുന്നു. പകരം സോപ്പു തേച്ച് ഉന്മാദാവ സ്ഥയിലെത്തിയ സുന്ദരി സുരതക്രിയയിലെന്നവണ്ണം കാലുകൾ ചലി പ്പിച്ചു മുന്നിലേക്ക് വരുന്നതുകണ്ട് അപ്പൻ ചിരിപൊട്ടി. മകനാകട്ടെ ആ സമയം ദാഹിക്കുന്നുണ്ടായിരുന്നു. പുറകോട്ട് തിരിഞ്ഞ് അമ്മയെ നോക്കിയതേയുള്ളൂ. വാത്സല്യനിധിയായ അമ്മയ്ക്ക് കാര്യം പിടികിട്ടി. അവർ ഫ്രിഡ്ജിൽ അടുക്കിവെച്ചിരുന്ന കടുംനീല നിറത്തിലുള്ള പാക്ക റ്റുകളിൽ നിന്ന് ഒരെണ്ണമെടുത്ത് മകന്റെ നേർക്കു നീട്ടി. അതിലുള്ള ദ്രാവകം വായിലേക്കൊഴിക്കാനായി ഉയർത്തിയതേയുള്ളൂ. അവന് നിരാശ തോന്നി. കുടിക്കുന്ന സമയം പോലും ടി വിയിൽ നിന്ന് കണ്ണെടുക്കാൻ വയ്യ.

"നാശം" അയാൾ മുരണ്ടു.

"ഇതൊന്നൊഴിച്ചു തന്നൂടെ" റോഷൻ ദേഷ്യത്തോടെ തലയിട്ടില ക്കി. പിറകിൽ കെട്ടിവച്ചിരിക്കുന്ന മുടി പിടിച്ചു വലിച്ചു. കാതിലെ വളയം തിളങ്ങി.

"ഓ രക്ഷപ്പെട്ടു. പരസ്യാണ് ടിവീൽ." പല്ലുതേക്കുന്ന ശബ്ദം ടി വി യിൽ നിന്നുയരുന്നതുകേട്ട് അപ്പൻ കോട്ടുവായിടുകയും ആ സമയം മകന് സമാധാനത്തോടെ പെപ്സിയോ കൊക്കക്കോളയോ കുടിക്കാമല്ലോ എന്നോർത്ത് അമ്മ ആശ്വാസത്തോടെ മകനെ നോക്കുകയും ചെയ്തു.

അപ്പനും അമ്മയ്ക്കും ഏക മകനാണ് റോഷൻ. അമ്മ മകന്റെ മുടി യിഴകളിൽ തലോടി നിന്നു. "കളി തീരുമ്പം നീ അമ്മേടെ കൂടെ പ്രാർത്ഥി ക്കണേ റോഷൻ." അമ്മ സാവകാശം മൊഴിഞ്ഞുകൊണ്ട് മുറിക്കക ത്തേക്കു മറഞ്ഞു. അമ്മയുടെ കൈയിലിരുന്ന ജപമാല വേവലാതിയോടെ വിറയ്ക്കുകയും മാറിൽ കിടന്ന കുരിശുരൂപം അമ്പരപ്പോടെ ഒതുങ്ങി ക്കിടക്കുകയും ചെയ്യുന്നതായി അമ്മയ്ക്കു തോന്നി.

അമ്മ മാറിലെ ക്രൂശിത രൂപമെടുത്ത് ചുംബിച്ചു. അവരുടെ കണ്ണു കൾ എന്തിനെന്നറിയാതെ നിറഞ്ഞു. ചുണ്ടുകളിൽ എന്തെല്ലാമോ അസ്പ ഷ്ടമായ പ്രാർത്ഥനാ വചനങ്ങൾ.

അപ്പനും റോഷൻ ഫെർണാണ്ടസും ഒരു കുന്നിൻ നെറുകയിൽനിന്ന് താഴേട്ട് തെന്നിയിറങ്ങുന്നതായും പിന്നെ വനാന്തരങ്ങളിലൂടെ അലമുറ

യിട്ട് നടക്കുന്നതായും വേവലാതി പൂണ്ട് വിലപിക്കുന്നതായും അമ്മയ്ക്കു തോന്നി. അമ്മ കണ്ണുകളടച്ച് പ്രാർത്ഥിക്കുകയാണ്. പ്രാർത്ഥനകളുടെ ഒരു വലയത്തിനകത്ത് തളർന്നു കിടക്കുകയാണ് താനെന്ന് അവർക്കു തോന്നി. റോഷൻ ഫെർണാണ്ടസ് അപ്പന്റെ കൈയിൽനിന്ന് താക്കോൽക്കൂട്ടം പിടിച്ചുവാങ്ങി, അലമാര തുറന്ന് പുതുമണമുള്ള നോട്ടു കെട്ടെടുത്ത് മുകളിലേക്കെറിഞ്ഞുപിടിച്ച് രസിച്ച് ബൈക്ക് സ്റ്റാർട്ടാക്കി പോകുമ്പോഴുള്ള മൗനപ്രാർത്ഥനകൾ....“ചാക്വാണെങ്കി ഈ ആത്മാവി നെയിട്ട് വട്ടം കറക്കരുതേ” എന്ന അപ്പന്റെ പ്രാർത്ഥന... ടി വിയിലെ സുന്ദരിയുടെ കാതടപ്പിക്കുന്ന പാട്ടിൽ അമ്മ ഒരു നിമിഷമുണർന്നു.

അവർ പിന്നെയും മകനെ അകത്തുനിന്നു വിളിച്ചു. എവിടെ നിന്നെല്ലാമോ പതിഞ്ഞ നിലവിളികൾ. മുറ്റത്തെ മാവിൻകൊമ്പിലിരുന്ന് ഒരു കോഴി അസമയത്ത് ഒരു കൂകൽ.

അത്യുന്നതങ്ങളിലേക്ക് കൈകൾ നീട്ടി അമ്മ നിന്നു. ഇടയ്ക്കെ പ്പോഴോ നെഞ്ചൊന്നു പിടഞ്ഞു. അപ്പോഴും അമ്മ മകനെ വിളിച്ചു.

മുകളിൽ വെള്ളിമേഘത്തുണ്ടുകളിലേറിയ മാലാഖമാർ റോഷൻ ഫെർണാണ്ടസിന്റെ അമ്മയെ സാകൂതം നോക്കുന്നതായും കുന്തിരിക്ക ത്തിന്റെയും സാമ്പ്രാണിയുടെയും പുകച്ചുരുളുകളിലൂടെ മെല്ലെ....മെല്ലെ..... പൂവിതൾ പോലുള്ള കൈവിരലുകൾ വിടർത്തി അവർ ഭൂമിയിലേക്കിറ ങ്ങി തന്നെ വലംവച്ചുനിൽക്കുന്നതായും അമ്മ കാണുന്നുണ്ടായിരുന്നു. അപ്പനും റോഷൻ ഫെർണാണ്ടസും ഒരിരുണ്ട ഇടനാഴിയിലൂടെ ഉരുളുന്ന ഒരു ഗോളത്തിനു പിന്നാലെ തീ പിടിച്ച് ഓടുന്നതായി അന്നും അമ്മ പതിവുപോലെ കണ്ടു.

നിലവിളിയോടെ ഉയർന്ന് ഇരുണ്ട മേഘക്കൂട്ടങ്ങളിലേക്ക് മറഞ്ഞത് ആരാണ്?

അമ്മയുടെ ഹൃദയപാത്രത്തിൽ തണുത്ത സ്നേഹം നിറഞ്ഞു കവി ഞ്ഞു.

മകനെ വിളിച്ചെങ്കിലും ശബ്ദം കുഴഞ്ഞുപോയി. അവർ മോഹാല സ്യപ്പെട്ട് തറയിൽ വീണുകിടന്നു. വായിൽ നിന്ന് അരിച്ചിറങ്ങി ഒഴുകാൻ തുടങ്ങിയ രക്തം വെള്ളനിറമുള്ള മൊസൈക്കിൽ ആദ്യം തിളങ്ങി. പിന്നെ കറുത്തു തുടങ്ങി. ടി വിയിലെ പല്ലുതേക്കലിൽ അപ്പൻ മയക്കത്തിൽ നിന്നുണർന്നു. “ആർക്കാടാ റൺസടിച്ചത്?” ഉത്തരം കേൾക്കാൻ കാത്തി രിക്കാതെ അപ്പൻ വീണ്ടും മയങ്ങി.

മകൻ ഒരു സെഞ്ചറിക്കായി കാത്തിരുന്ന് തലച്ചോറും പെപ്സിയും നല്ല മിശ്രിതമെന്ന് ഒരു മാത്ര മനസ്സിൽ വിചാരിക്കുകയും വീണ്ടും സെഞ്ച റിക്കായി കാക്കുകയും ചെയ്തു. പിന്നെ അടുത്ത ഡ്രിങ്ക്സിനായി അക ത്തേക്ക് പാലിനോക്കി. അമ്മയെ വിളിച്ചു. ക്ഷമ നശിച്ച് അപ്പൻ പോലും അതേവരെ പറഞ്ഞിട്ടില്ലാത്ത ഒരു ചീത്തവാക്കു പറഞ്ഞു.

വീണ്ടും മടുത്തപ്പോൾ, ടി വിയിൽ നിന്ന് ഇടവേളയിൽ ഉതിർന്നു വീണ താളത്തിനൊപ്പം ചുവടുവച്ച് ഫ്രിഡ്ജിനടുത്തേക്ക് നീങ്ങി.

മൊസൈക്ക് തറയിൽ ഉറുമ്പിൻകൂട്ടം വരിവരിയായി നീങ്ങി.

പാദങ്ങളിൽ പടർന്നുകയറിയ ചോരയുടെ ചുവപ്പുരാശി. അരിച്ചുക യറുന്ന തണുപ്പ്. റോഷൻ ഫെർണാണ്ടസ് ഒന്നുമറിയുന്നില്ല. മുറിയിൽ ചുഴ്ന്നുനിന്ന മൗനത്തിനു മേൽ പടർന്നു പിടിക്കുന്നത് ടി വി സ്ക്രീനിൽ നിന്നുയരുന്ന ഹൂറേ വിളികളാണ്. ഫ്രിഡ്ജിനകത്തു നിന്ന് പെപ്സിയും കൊക്കക്കോളയും കുപ്പികളിൽ നിന്നിറങ്ങി, തണുപ്പു മറന്ന് താള ത്തിനൊപ്പം ചുവടുവയ്ക്കുന്നതുകണ്ട് റോഷൻ ചിരിച്ച് ചിരിച്ച് മണ്ണുകപ്പി.

പിന്നെ പിന്നെ, മെല്ലെ മെല്ലെ, മകൻ ഗസറ്റിൽ പരസ്യപ്പെടുത്തി മാറ്റിയ രണ്ടാമത്തെ പേരും മറക്കാൻ തുടങ്ങിയിരുന്നു.

രക്തനക്ഷത്രം വരവായി

അതൊരു ചെറിയ റെയിൽവേസ്റ്റേഷനായിരുന്നു. യാത്രക്കാരുടെ തിരക്കോ കച്ചവടക്കാരുടെ ബഹളമോ ഇല്ലാതിരുന്ന ചെറിയ ഒരു സ്റ്റേഷൻ.

വയലറ്റ് നിറത്തിലുള്ള പൂക്കളുള്ള പേരറിയാത്ത ഒരു മരവും ചിറ കടി ശബ്ദമില്ലാതെ ചേക്കേറുന്ന കാക്കകളും പിന്നെ ഒരിടത്തൊതുങ്ങി യിരുന്ന് ആരെയൊക്കെയോ ചീത്തവിളിക്കുന്ന അർദ്ധനഗ്നയായ ഒരു ഭ്രാന്തിയും കൂടെ ജടപിടിച്ച മുടി നെറുകയിൽ കെട്ടി, ഒറ്റയ്ക്കിരുന്ന് കൊത്തങ്കല്ലാടുന്ന എട്ടുവയസ്സു തോന്നിക്കുന്ന ഒരു പെൺകുട്ടിയും മാത്ര മാണ് അവിടുത്തെ സ്ഥിരം അന്തേവാസികൾ.

അടുത്തുതന്നെ അയാളുമുണ്ടായിരുന്നു.

പച്ചക്കൊടി ചുരുട്ടി കൈയിൽ പിടിച്ച് കാക്കിയണിഞ്ഞ ഒരാൾ.

അയാളൊരു വൃദ്ധനായിരുന്നു. ഒരു പാവം വൃദ്ധനുണ്ടായിരിക്കാ വുന്ന നരച്ചനിറമുള്ള പഴയ വാച്ചും ഏതോ അമ്മ ദൈവത്തിന്റെ പടം ചില്ലിട്ടു സൂക്ഷിച്ചിരിക്കുന്ന മോതിരവും ഒരു ജീവിതകാലത്തിന്റെ മുഴു വൻ വ്യാകുലതകളും തെളിയിക്കുന്ന ചുളിവുകൾ നിറഞ്ഞ ഒരു മുഖ വും...

ഇതെല്ലാം അയാൾക്കുമുണ്ടായിരുന്നു.

അയാളുടെ ചുണ്ടിൽ ഒരു തമിഴ്പാട്ടിന്റെ ഈണവുമുണ്ടായിരുന്നു.

ഏതോ അജ്ഞാതനായ ഒരു വൃദ്ധന്റെ കരിപിടിച്ച ജീവിതത്തെ ക്കുറിച്ചായിരുന്നു പാട്ട്.

അയാളെ സംബന്ധിച്ച് ജീവിതം, ചൂളം വിളിച്ചെത്തുന്ന വണ്ടിച്ചക്ര ങ്ങളുടെ വേഗതയിൽ ആത്മഹത്യ ചെയ്യപ്പെടുന്ന ഒരു മനുഷ്യന്റെ ചിന്നി ച്ചിതറൽപോലെ പ്രതീക്ഷിതമായ ഒന്നായിരുന്നു.

വണ്ടി ഇപ്പോൾ ഒരു ചെറിയ ഇരുൾച്ചുരവും കടന്ന് എവിടെയൊ ക്കെയോ മറഞ്ഞിരിക്കുന്ന അരൂപികളുടെ കനൽക്കണ്ണുകളുടെ ചൂടേറ്റ് വാടിപ്പോകുന്ന പെൺയാത്രക്കാരുടെ നെടുവീർപ്പുകൾ താങ്ങി പുറ മ്പോക്ക് ചെറ്റക്കുടിലുകളുടെ ഓരം ചേർന്നുകിടക്കുന്ന മാലിന്യക്കുമ്പാ രങ്ങളുടെ ചൂരും മറികടന്ന് വന്നുകൊണ്ടേയിരിക്കുകയാവാം.

കാക്കിയുടുപ്പുകാരൻ വൃദ്ധൻ വാച്ചിൽ നോക്കി അക്ഷമനായി.

അതാ എത്തിപ്പോയി.

വെളിച്ചത്തിന്റെ ഒരു കൂർത്ത ചീളെറിഞ്ഞ് ദാക്ഷിണ്യമില്ലാതെ വന്നു നിന്ന് നിഷ്കരുണം തീവണ്ടി നീങ്ങി.

വൃദ്ധന്റെ നെടുവീർപ്പിൽ, യാത്രാമൊഴി ചൊല്ലി ഒരിക്കലുമൊരു യാത്രക്കാരനാകാൻ കഴിയാത്തതിന്റെ വ്യഥയുണ്ടായിരുന്നില്ല.

അയാൾക്ക് ജീവിതത്തിൽ മോഹങ്ങളെല്ലാം തീവണ്ടിയുടെ ചൂളം വിളിയിൽ ഒതുങ്ങിപ്പോയിരുന്നു. വൃദ്ധന്റെ കണ്ണുകൾ ഒരുന്മാദിയുടേതു പോലെ നിർവ്വികാരമായിരുന്നിട്ടും അയാളവരെ കണ്ടു. അല്പം മാറി, ചാരുബെഞ്ചിൽ രണ്ടുപേർ. ഒന്നൊരു യുവാവും മറ്റേയാൾ പെൺകുട്ടി യുമാണ്. അവർ ഒന്നും സംസാരിക്കുന്നേയില്ലായിരുന്നു. എപ്പോഴാണ വർ ഇരിപ്പുറപ്പിച്ചത്? വൃദ്ധൻ ഒരുനിമിഷം ആലോചിച്ചുനോക്കി.

പെൺകുട്ടിയുടെ കണ്ണുകൾ പച്ചക്കൊടിയും മടക്കി അരികിൽവച്ച് തൂക്കുപാത്രത്തിൽനിന്ന് ശ്രദ്ധയോടെ ഭക്ഷണം കഴിക്കുന്ന വൃദ്ധനിലാ യിരുന്നു. അവളുടെ കൈയും കഴുത്തും ആഭരണങ്ങളില്ലാതെ നഗ്ന മായിരുന്നു. പക്ഷേ, വെളുത്ത് അഴുക്കു പുരളാത്ത കണങ്കാലിൽ കറു ത്തുതുടങ്ങിയ ഒരു മുക്കുപാദസരം. യുവാവ് മറ്റേതോ ലോകത്തായി രുന്നു. അയാളറിയാതെ തന്നെ അയാളുടെ കൈവിരലുകൾ അവളുടെ കഴുത്തിൽ അലസമായി കിടന്ന കടുംനീലനിറത്തിലുള്ള ഷാളിൽ പര തിനടന്നു.

വൃദ്ധൻ ആകാശച്ചെരുവിലേക്ക് നോക്കി. സന്ധ്യ മെല്ലെ മായുക യായിരുന്നു. ഈ സമയത്ത് ഒരു പുരുഷനും പെൺകുട്ടിയും അധികം ആളില്ലാത്ത ഒരു സ്റ്റേഷനിൽ...

വൃദ്ധൻ ഒരു ബീഡി പുകച്ച് ആലോചിച്ചിരുന്നു. ആലോചന യിലെപ്പോഴോ പുക തൊണ്ടയിൽ കുരുങ്ങി അയാൾ ചുമയ്ക്കാൻ തുടങ്ങി. പിന്നെ വൃദ്ധൻ ചോറ്റുപാത്രം സഞ്ചിയിലാക്കി ഒന്നു നിവർന്നിരുന്നു.

മുകളിൽ നക്ഷത്രക്കൂട്ടങ്ങളെ തൊടാതെ സൂക്ഷ്മതയോടെ തെന്നി നീങ്ങുന്ന മേഘത്തുണ്ടുകൾ.

അയാൾ മരിച്ചുപോയ തന്റെ മകളെ ആകുലതയോടെ മനസ്സിലേക്ക് അടുപ്പിച്ചു.

ഒരു ചരക്കുവണ്ടിയുടെ ഇരമ്പൽ അയാളിലെ ഓർമ്മകളെ തകിടം മറിച്ചു.

ചാരുബെഞ്ചിലെ ആൾരൂപങ്ങൾ നിഴലുകളായി മാറിയിരുന്നു.

പെൺകുട്ടിയുടെ കടുംനീലഷാളും രാത്രിക്കൊപ്പം കറുത്തുപോയി.

വൃദ്ധന് വല്ലാത്ത ക്ഷീണം തോന്നി. പിന്നെ കണ്ണുകൾ അടച്ച് മെല്ലെ മയക്കത്തിലേക്ക്...

മകൾ സ്വപ്നത്തേരിലേറി വരികയാണ്. അവൾക്ക് നീലനിറം ഇഷ്ട മായിരുന്നു. കാറ്റിലിളകുന്ന, ലോലമായ കടൽ നീലനിറത്തിലുള്ള പാവാ ടയുടെ ഞൊറികൾ.

നീണ്ട് അല്പം വിടർന്ന മൂക്കിലെ വെള്ളക്കല്ല് പതിച്ച മൂക്കുത്തി.

അവൾ ചിരിക്കുകയാണ്. ഒപ്പം അയാളും. പിന്നെ നീളൻ പാവാട ഒരു കുരുക്കായി മകളെ മരച്ചില്ലകൾക്കുമപ്പുറത്തേക്ക് വലിച്ചുകൊണ്ടു പോയതും....

വെള്ളക്കൽമൂക്കുത്തി ഒരു രക്തനക്ഷത്രമായി മാറിയതും...

വൃദ്ധന്റെ മയക്കത്തിലുള്ള നിലവിളിയിൽ അല്പം ദൂരെമാറി പൊടി മണ്ണിൽ കമിഴ്ന്ന് കിടന്നുറങ്ങിയിരുന്ന ഭ്രാന്തി ഉണർന്നു. അവൾ നിർ ത്താതെ അസഭ്യം പുലമ്പുകയാണ്. പിന്നെ എഴുന്നേറ്റ് ഒന്നു ചിരിച്ച് അരികിൽ കിടന്നിരുന്ന കുട്ടിയെ ഒരു കീറത്തുണി പുതപ്പിച്ചു.

സ്റ്റേഷനിൽ ഒരു രാത്രിവണ്ടി എത്താറായതിന്റെ ചെറിയ തിരക്ക്.

വൃദ്ധൻ കണ്ണുകൾ തിരുമ്മി എഴുന്നേറ്റ് ചാരുബെഞ്ചിലേക്ക് നോക്കി.

അവിടെ വെളിച്ചമില്ലാതിരുന്നതിനാലും കണ്ണുകളുടെ കാഴ്ച മങ്ങി യതിനാലും അയാളൊന്നും കണ്ടില്ല.

കൈയിലിരുന്ന ടോർച്ചുമായി ചാരുബെഞ്ചിന്റെ അടുത്തേക്ക് നടന്നു.

ഉണ്ട്. പെൺകുട്ടി മാത്രമുണ്ട്. കടുംനീലനിറത്തിലുള്ള ഷാൾകൊണ്ട് മുഖം മറച്ച് അവൾ ഉറങ്ങുകയാണ്.

ഉറങ്ങട്ടെ. അവളുടെ മുഖം ഒരു വലയത്തിനകത്ത് ആണെന്ന യാൾക്ക് തോന്നി. ഒപ്പമുണ്ടായിരുന്ന യുവാവിനെ അവിടെയെല്ലാം നോക്കി. പക്ഷേ, കണ്ടില്ല. വൃദ്ധൻ തിരിച്ചുനടന്നതാണ്. ഇല്ല കഴിയുന്നില്ല. അയാൾ ചാരുബെഞ്ചിന്റെ ഓരം ചേർന്ന് പെൺകുട്ടിയെ ഉണർത്താതെ ഇരുന്നു.

പാളം വിറപ്പിച്ചുകൊണ്ട് രാത്രിവണ്ടി വരവായി. പെയ്തിറങ്ങുന്ന നിലാവിൽ, ആ രാത്രിയിൽ ഉറങ്ങാനാവാതെ അയാൾ വെറുമൊരു കാവല്ക്കാരനായി പ്രഭാതത്തിലേക്ക് മിഴിനട്ടിരുന്നു. മരച്ചില്ലകൾക്കിടയി ലൂടെ രക്തനക്ഷത്രം അരികിലേക്ക് വരുന്നതുകണ്ട് വൃദ്ധന് സമാധാന മായി.

അവൻ പുനർജ്ജനിക്കുന്നേയില്ല

ചുങ്കക്കാരുടെയും അന്യായക്കാരുടെയും അടിച്ചമർത്തപ്പെട്ടവരു
ടെയും ഇടയിലകപ്പെട്ട നാട്ടിലേതായിരുന്നു മേരിയും. അവളുടെ ഭർത്താവ്
ജോസഫ്. ജോസഫിനാൽ തള്ളിപ്പറയപ്പെട്ട മേരി. അവൾ ഒരു പ്രവാസ
പ്പക്ഷിയായി സങ്കേതം തേടി അലഞ്ഞു.

അങ്ങനെയാണ് നിയോഗിക്കപ്പെട്ടവളുടെ തീവ്രവേദനകളുമായി
ഗർഭാലസ്യത്തോടെ ആതുരാലയത്തിലെ ഇടനാഴികൾക്കിടയിലെ മൗന
ത്തിലേക്ക് ഒരുനാൾ മേരി കടന്നുവന്നത്.

ഇടനാഴികൾക്കിരുപുറവും മരണത്തിന്റെ ശിരോവസ്ത്രങ്ങളാൽ മറ
യ്ക്കപ്പെട്ടേക്കാവുന്ന മുറികൾക്കുള്ളിൽ ഓരോന്നിലും മേരി പാളിനോ
ക്കുന്നുണ്ടായിരുന്നു.

ഒടുവിൽ അവളും ഒരിടം കണ്ടെത്തിയിരിക്കുന്നു. മേരിയുടെ ദിന
ങ്ങൾ. അവ വെള്ളിനക്ഷത്രങ്ങളുടെയും കുന്തിരിക്കത്തിൻപുകയുടെയും
ഇടയിലൂടെ മെല്ലെ ഇഴഞ്ഞുനീങ്ങി. അവളുടെ സ്വപ്നങ്ങളിൽ ഒരായിരം
ആട്ടിടയന്മാർ മേച്ചിൽപ്പുറങ്ങളിലൂടെ നൃത്തംവച്ചു നടന്നു.

അവളുടെ സിരകളിൽ കാലിത്തൊഴുത്തിന്റെ ഗന്ധമൂറുന്ന രക്തം
ഒഴുകുകയും മനസ്സിൽ പുൽനാമ്പുകൾ വട്ടമിട്ടു പറക്കുകയും ചെയ്തു.
എങ്കിലും പലപ്പോഴും മേരിയുടെ ദുഃഖം വിതുമ്പലുകളായി അരിച്ചിറങ്ങി.

ജോസഫ്, നിന്റെ മേരി ഇതാ.... നിസ്സഹായയായി. ഏകയായി.

മേരിയുടെ കണ്ണുകളിൽ ജലം നിറയുകയും അധരം വിറയ്ക്കുകയും
ചെയ്തു.

വിശ്വസിക്കൂ ജോസഫ്.

നിന്റെ മേരി ഒരവിശുദ്ധബന്ധത്തിന്റെ ബീജം ഏറ്റുവാങ്ങിയവളല്ല.
അവൾ മന്ത്രിക്കുകയായിരുന്നു.

ആതുരാലയത്തിന് വെളിയിൽ ദൂരെ കുട്ടികൾ നക്ഷത്രവിളക്കുകൾ പ്രകാശിപ്പിച്ചു. ധനുമാസനിലാവിൽ തിളങ്ങുന്ന ചുവന്ന നക്ഷത്രങ്ങൾ.

മഞ്ഞിൻ കണങ്ങൾ കണ്ണുനീർത്തുള്ളികളായി താഴ്വാരങ്ങളിലൂടെ അരിച്ചിറങ്ങി.

ഇടനാഴികൾക്കപ്പുറത്തുനിന്നിരുന്ന തളിർത്ത മരച്ചില്ലകളിലൂടെ നനു നനുത്ത കാറ്റ്.

അകലെ എവിടെനിന്നോ അവ്യക്തമായ ഒരു ഗാനം.

മേരിയുടെ ഹൃദയത്തിൽ അനേകം മണികൾ ഒന്നിച്ചു കിലുങ്ങുന്ന ആരവം.

എന്തിനെന്നറിയാതെ അവളുടെ ഹൃദയം ത്രസിച്ചുകൊണ്ടേയിരുന്നു.

പിന്നെ ഏകാകിനിയുടെ ഒഴിഞ്ഞ മനസ്സോടെ കിടന്ന് എപ്പോഴോ ഉറങ്ങി.

* * * * * * * *

മഞ്ഞിൽ കുളിച്ച രാവുകളിലൊന്നിൽ അവിചാരിതമായി മരച്ചില്ല കൾ ശക്തിയായി ഉലഞ്ഞു.

മേരിയുടെ മാറിടത്തിൽ ആദ്യമായി മുലപ്പാൽ ചുരന്നു. അവൾ വേദനയുടെ കയങ്ങളിലേക്ക് ഊളിയിട്ട് പിന്നെ ആശ്വാസത്തോടെ ഉയർന്നുവന്നു.

അവളുടെ പുത്രൻ പിറക്കുകയായിരുന്നു.

അവന്റെ ബാല്യം കുഞ്ഞാടുകളുടെ മേച്ചിൽപ്പുറങ്ങളിലൂടെ മേഞ്ഞു നടന്നു. മഞ്ഞും കുളിരും താരും തളിരും അവന്റെ ബാല്യത്തെ ചൂഴ്ന്നു നിന്നു.

മേരിയുടെ വീടിനു ചുറ്റും ഒരായിരം മരങ്ങളിൽ ജ്വലിക്കുന്ന പൂക്കൾ വിടർന്നു. അവളുടെ പുത്രന്റെ സാമീപ്യത്തിൽ മാത്രം ഓരോ മരവും പൂത്തുലഞ്ഞു.

അവന്റെ കടാക്ഷത്തിനു മുമ്പിൽ കാറ്റ് താനേ നിലച്ചു.

കടലലകളിലൂടെ അവൻ അനേകദൂരം സഞ്ചരിച്ചു.

പിന്നീട് അവന്റെ യുവത്വം എത്രയോ തീക്ഷ്ണമായി മാറുകയായി രുന്നു.

പീഡിതരും നിന്ദിതരും ദിനങ്ങളോളം അവന്റെ പാദചലനങ്ങൾ ചെവിയോർത്തിരുന്നു.

ഒറ്റപ്പെട്ടവരുടെ ഹൃദയമുറിവുകൾ ഒരു നിമിഷംകൊണ്ട് അവൻ ചുംബിച്ചുണക്കി.

ഒടുവിൽ, മേരിക്കത് ഓർക്കുവാൻ കൂടി കഴിയുന്നില്ല.

അവന്റെ വേദന തിങ്ങിയ മുഖത്ത് മിഴിയർപ്പിച്ച് മൗനമായി മേരി തേങ്ങിയതും മുറിപ്പാടുകളിൽ മുഖമമർത്തി വിതുമ്പിനിന്നതുമായ നിമിഷം.

അവന്റെ മുറിവുകളിൽനിന്നൊഴുകിയ രക്തം അവൾക്ക് ചുറ്റും കട ലലകളായി ഉയർന്നു.

പുറത്ത് ഉറഞ്ഞുതുള്ളുന്ന ജനക്കൂട്ടം.

അവരുടെ ഉയർത്തിയ കൈകളിൽ വെള്ളിക്കാശുകളുടെ കിലുകി ലാരവം.

അവളുടെ പുത്രൻ ഒരുകൂട്ടം ഒറ്റുകാരുടെ ഇടയിൽപ്പെട്ട് നിസ്സഹാ യനായി തളർന്ന്....

കൂർത്ത മുനകൾ ഹൃദയത്തിൽ കോർത്തുവലിക്കുന്നതുപോലെ തോന്നി മേരിക്ക്.

ഹൃദയത്തിൽ ഒരായിരം മണികൾ ഒന്നിച്ച് കിലുങ്ങുന്ന ഭീതിദമായ ശബ്ദം.

മേരി ഉറക്കെ നിലവിളിച്ചു.

പെട്ടെന്നാണ് മേരിക്കത് മനസ്സിലായത്. താൻ ഒരു സ്വപ്നത്തുണ്ടി ലേറി നടക്കുകയായിരുന്നുവെന്ന സത്യം.

* * * * * * * *

എങ്കിലും അവൾക്കുമുമ്പിൽ വിഷാദത്തിന്റെ കറുത്തമുദ്ര നിഴലിച്ചു നില്ക്കുന്നുണ്ടായിരുന്നു. പിന്നെ ഉറങ്ങാനാവാത്ത ആ നിമിഷങ്ങളിൽ മേരി, ജോസഫിനെ ഓർത്തു.

"ജോസഫ്, നമ്മുടെ പുത്രൻ സ്വപ്നത്തിലെങ്കിലും പിറന്നുകഴി ഞ്ഞു."

പക്ഷേ....

ഗദ്ഗദം മേരിയുടെ വാക്കുകളെ തടഞ്ഞു.

പ്രഭാതങ്ങൾ.

ആതുരാലയത്തിലെ ജനൽക്കമ്പികളിൽ മുഖമമർത്തി മേരി അവൾക്ക് മുമ്പിൽ, അവളുടെ പട്ടണം കാണുവാൻ തുടങ്ങി. അവിടെ അന്യായക്കാരുടെ മേലങ്കികളിൽ ന്യായബോധത്തിന്റെ കുറിപ്പുകൾ തുന്നി ച്ചേർത്തിരിക്കുന്നത് അവളറിഞ്ഞു.

അവിടെ,

തടവിലാക്കപ്പെട്ടവരുടെ രോദനങ്ങൾ കാസരോഗിയുടെ ശ്വാസഗതി പോലെ മന്ദീഭവിക്കുന്നതും അവളറിഞ്ഞു.

ഒരു ഡിസംബർ ദിനാന്ത്യം

ആതുരാലയത്തിലെ ഇടനാഴിക്കുമപ്പുറത്തെ മുറിയിൽ മേരി തളർന്നു കിടന്നു.

ചുറ്റും നിരന്നുനിന്ന രൂപങ്ങൾ അവൾക്ക് അവ്യക്തമായിരുന്നു.

അവളിൽ അസ്വാസ്ഥ്യത്തിന്റെ നുരകൾ ഉയർന്നുടയുന്നതും ഉദര ത്തിലെ നേരിയ ചലനവും നിലയ്ക്കുവാൻ തുടങ്ങുന്നതും അവൾക്കറി യാമായിരുന്നു.

മേരി ഒരു കഠിനനൊമ്പരത്തിലൂടെ അരിച്ചിറങ്ങി കണ്ണുകൾപൂട്ടിക്കി ടന്നു.

പിന്നീടെപ്പോഴോ കണ്ണുകൾ തുറന്നപ്പോൾ വയ്യ...

ചുറ്റും പടർന്ന ചുവപ്പുരാശിയിൽ കിടക്കുന്ന നനുത്ത കിലുന്തുരൂപം.

മേരിയുടെ ഹൃദയത്തിൽ ദുഃഖമുരുകി. അവൾ ഉണങ്ങിയ മരച്ചില്ലകൾ ഉലയുന്നതു നോക്കിക്കിടന്നു.

പുറത്ത് കനത്ത ഇരുട്ടുമാത്രം. ഒരൊറ്റ നക്ഷത്രംപോലും ഉദിക്കു കയോ ഒരൊറ്റ ഗാനം പോലും എങ്ങുനിന്നുമുയരുകയോ ചെയ്തില്ല. മന സ്സിൽ ബാക്കിനിന്ന സ്വപ്നത്തുണ്ടിന്റെ ക്രൗര്യം മേരിയെ എപ്പോഴോ ആവാഹിക്കുകയായിരുന്നു.

പ്രളയം.... രക്തപ്രളയം....

മുറിപ്പാടുകളിലൂടെ ഒലിച്ചിറങ്ങുന്ന രക്തം. വെള്ളിക്കാശുകളുടെ കിലുകിലാരവം. അന്യായക്കാരുടെ വളർന്നുകൊണ്ടിരിക്കുന്ന കറുത്ത നിഴലുകൾ. അവർക്കിടയിൽ മേരിക്കുനേരെ വിരൽചൂണ്ടിനില്ക്കുന്ന ജോസഫ്.

അവൾ പിറുപിറുത്തുകൊണ്ടിരുന്നു.

ജോസഫ്,

നമ്മുടെ കുഞ്ഞ്. നീ പിതൃത്വം നിഷേധിക്കുന്ന നിന്റെ കുഞ്ഞ്....,

മേരിയുടെ വിരലുകൾ നനുപ്പാർന്ന കിളുന്തു കഴുത്തിലേക്ക് അരി ച്ചിറങ്ങി. പിന്നെ വിരലുകൾ മുറുകിവലിഞ്ഞു.

ദൂരെ കുട്ടികളുടെ നക്ഷത്രവിളക്കുകൾ ശക്തിയായി ആടിയുലഞ്ഞു.

ഒരു കൊടുങ്കാറ്റിൽ കുഴഞ്ഞമർന്ന ക്രിസ്തുമസ് ഗാനങ്ങളുടെ വിലാപ ശബ്ദം...

മേരി ദൃഢതയോടെ കണ്ണുകൾ പൂട്ടി.

ഭരണങ്ങാനത്തേക്ക് ഒരു വണ്ടി

ചെങ്ങന്നൂർക്കുള്ള വണ്ടി എന്നതുപോലെയാണ് വടക്കോട്ടേക്കുള്ള വണ്ടി. കൊള്ളാം. നല്ല ചേർച്ചയുണ്ട്. ഒ വി വിജയൻ മനസ്സിന്റെ കോണി ലെവിടെയോ വന്നുനില്ക്കുന്നുണ്ട്.

ചെങ്ങന്നൂരിനുമപ്പുറത്തേക്കുള്ള വടക്കോട്ടേക്കാണ് പോകേണ്ടത്. ബസ്സ്റ്റാന്റിൽ കാത്ത് നിന്ന് മടുത്തിരുന്നു. എന്റെ ഓരോ യാത്രയിലും ഈ വണ്ടികൾ പതിവുതെറ്റിയെത്തുന്ന താന്തോന്നികളാണ്. അല്ലെ ങ്കിൽത്തന്നെ എന്താണ് പതിവ് തെറ്റിക്കാതെയായിട്ടുള്ളത്. കുറച്ചുകൂടി ലളിതവല്ക്കരണം നടത്തി ഒരു പെൺചിന്തയിൽ പറഞ്ഞാൽ പതിവു തെറ്റിയെത്തുന്ന പീരിയഡ്സ്പോലെയാണ് കാര്യങ്ങൾ. പെട്ടെന്ന് തോന്നു ന്ന കുസൃതിയോർത്ത് ഒരു ചിരി ചുണ്ടിൽ വന്നുനിന്നു. ബസ്സ്റ്റാന്റിൽ തനിച്ചുനിന്നു ചിരിക്കുന്ന പെണ്ണ്. ഓർത്തപ്പോൾ ഞെട്ടൽ. ചിരികളഞ്ഞ് അല്പം സീരിയസായി.

ജീവിതം ലഘൂകരിക്കുവാനാകാതെ ഗുണന ഹരണ പട്ടികകൾ ഉരു വിട്ട് ഈ ആളുകളൊക്കെ എങ്ങോട്ടേക്കാണ് അലയുന്നത്. പൊട്ടാറായ റബ്ബർ ചെരിപ്പുവള്ളികളുമായി വഴിയരികിലെ പെട്ടിക്കടയിലെ മാസിക യുടെ കവർപേജിൽ കവി അയ്യപ്പൻ തൂങ്ങിക്കിടക്കുന്നു. കവി തൂങ്ങിക്കി ടക്കട്ടെ. വടക്കോട്ടേക്കുള്ള വണ്ടി എപ്പോഴെങ്കിലുമാകട്ടെ. ഞാൻ ഗൗരവം വിടാതെ നിന്നു. മൂക്കുത്തിയണിഞ്ഞ ഒരു തമിഴത്തി ഒരു പെൺകുട്ടി യെയും അവളുടെ തന്നെ മുഖച്ഛായയുള്ള ഒരു മുടന്തൻ ചെറുക്കനെയും ബസ്സ്റ്റാന്റിൽനിന്നും ആട്ടിയോടിക്കുകയാണ്. ആ തമിഴത്തിയുടേതെന്ന് അവകാശപ്പെടുന്ന സ്ഥലത്ത് അതിക്രമിച്ച് കടന്നതിനാലാകാം.

ഓട്ടത്തിനിടയിൽ പെൺകുട്ടിയുടെ പിന്നിക്കെട്ടിയ ചെമ്പൻ മുടിയിൽനിന്ന് വീണുപോയ ഒരു വാടിയ പിച്ചിമാല ചെറുക്കൻ

കൈയിലെടുത്ത് ട്രൗസറിന്റെ കീശയിൽ ഭദ്രമായി വെച്ചു.

"അക്കച്ചി കവലപ്പെടാത്." ചെറുക്കന്റെ ചിലമ്പിച്ച തമിഴ്. പെൺകു
ട്ടിയും ചെറുക്കനും എവിടെയോ മറഞ്ഞു. എനിക്ക് വിശക്കാൻ തുടങ്ങി
യിരുന്നു. മോഡേൺബ്രഡ് ബാഗിൽ കരുതിയിട്ടുണ്ട്. ബസിലിരുന്ന് കഴി
ക്കാം. ഞാൻ സമാധാനിച്ചു.

തുണിനു പിറകിൽ നിന്ന് എന്നെ ആസക്തിയോടെ കീഴ്പ്പെടുത്താൻ
ശ്രമിക്കുന്ന രണ്ടു കണ്ണുകളെ എതിരിടാൻ ഞാൻ സാരി തോളിലൂടെ
മുന്നോട്ടെടുത്ത് പുതച്ചു. "വടക്കോട്ടേക്കിന്ന് ബസൊന്നും ഇല്ലാന്ന്ണ്ടോ?"
ഞാൻ അടുത്തുനിന്ന വൃദ്ധനോട് അയാളെന്റെ സഹയാത്രികനെന്ന് മറ്റു
ള്ളവർക്ക് തോന്നത്തക്കരീതിയിൽ ചോദിച്ചു. വൃദ്ധൻ മറുപടിയൊന്നും
പറഞ്ഞില്ല. ലോകം നിറയെ വണ്ടികളാണ്. പക്ഷേ, ഒന്നുപോലും വട
ക്കോട്ടേക്കില്ല. എനിക്ക് ദേഷ്യവും സങ്കടവും വരാൻ തുടങ്ങിയിരുന്നു.
വണ്ടികൾ, കറുത്തപുക, പെട്രോൾ ഗന്ധം, വടക്കോട്ടേക്കല്ലാത്ത
ബസിന്റെ ബോർഡുകൾ... ഛർദ്ദി... കറുത്ത് പൊടിയിൽ പൊതിഞ്ഞു
നില്ക്കുന്ന യാചകർ...

പൊലീസുകാരന്റെ കടവായിലൂടെ ഒഴുകുന്ന രക്തനിറമുള്ള മുറു
ക്കാൻ തുപ്പൽ...

എനിക്ക് തലചുറ്റുന്നതുപോലെ. ഞാൻ കിതയ്ക്കുന്നുണ്ടായിരുന്നു.

"പെങ്ങൾക്കെന്താ ഒരു അരുതായ്ക?" കാക്കിയുടുപ്പണിഞ്ഞ ഏതോ
ഒരു ഡ്രൈവർ. അയാളുടെ ശബ്ദം ഒരു ഗുഹയിൽനിന്നു വരുന്നതുപോ
ലെ. അവന്റെയൊരു പെങ്ങൾ, എന്നു മനസ്സിൽ വിചാരിച്ചായിരിക്കാം അടു
ത്തുനിന്ന മറ്റൊരാൾ എന്നെ അടിമുടി നോക്കി.

ഞാനൊരു തളർച്ചയുടെ വക്കോളമെത്തിയിരുന്നു. എല്ലാം അവ്യ
ക്തമായി തെളിയുന്ന രൂപങ്ങൾ. തെരുവ്, വഴിയോരക്കച്ചവടം, റിഡക്ഷൻ
സെയിൽ, എല്ലാ രോഗത്തിനും ഒറ്റമൂലി.

നാളെ... നാളെ... ഇരുപത്തഞ്ച് ലക്ഷം രൂപയും കാറും... മുക്കാബ
ലാ... മുക്കാബലാ... അപ്പോഴാണ് അവരെ കണ്ടത്. മധ്യവയസ്സിലും സുന്ദ
രിയായ ഒരു സ്ത്രീയും പതിനഞ്ചുവയസ്സോളം പ്രായം തോന്നിക്കുന്ന
പെൺകുട്ടിയും.

ഉള്ളിലെവിടെയോ സംശയത്തിന്റെ ചിറകടിയൊച്ച. പെൺകുട്ടിയുടെ
കണ്ണുകളിലെ ഭാവം?

"ഇപ്പം പാലായ്ക്കുള്ള ബസുണ്ടോ?" സ്ത്രീയാണ് ചോദിച്ചത്.

"ഞാനും ആ റൂട്ടിൽ തന്നെ. പക്ഷേ, കുറേ നേരമായി നിക്കണു"
ഞാൻ മറുപടി പറഞ്ഞു. സ്ത്രീക്ക് വിശ്വാസം വരാത്തതുപോലെ. അവർ
നിർത്തിയിട്ടിരുന്ന ബസുകളുടെ ബോർഡുകൾ വായിച്ച് മടങ്ങിവന്നു.

"ഭരണങ്ങാനത്ത് പ്രാർത്ഥിക്കാൻ പുവ്വാ. അവ്ടെ ഇവള്ടെ എളേ
പ്പന്റെ വീടാ. അവിടെ നിന്ന് കുറെ ദെവസം പള്ളീപോകാനാ."

സ്ത്രീ എല്ലാ കാര്യങ്ങളും ചോദിക്കാതെ തന്നെ പറയുകയാണ്.

"എവക്കൊരു മാനസിക വെഷമാ. എന്തുപറ്റിയെന്നാർക്കും ഒരു

രൂപോല്യ. ഒരു ദെവസം സ്കൂളിന്ന് വന്നപ്പഴാ ആദ്യം തൊടങ്ങീത്..."
സ്ത്രീ നിർത്തുന്നേയില്ല.

"എന്താ പേര്?" ഞാനാ പെൺകുട്ടിയുടെ കണ്ണിലേക്ക് നോക്കി ചോദിച്ചു.

അവൾ എന്നെ ശ്രദ്ധിച്ചതേയില്ല. പേരും പറഞ്ഞില്ല. കറുപ്പിൽ മഞ്ഞപ്പുള്ളികളുള്ള ഷാൾ തലയിലൂടെ പുതച്ച് കുനിഞ്ഞ് നില്ക്കുക യാണ്.

"കണ്ടില്ലേ ഇതാ മട്ട്. സംസാരിക്കാൻ പേട്യാണ്." അവർ പിന്നെയും എന്തൊക്കെയോ പറയുവാൻ തുടങ്ങുകയാണ്. എനിക്കെന്തോ അവരുടെ രീതിയുമായി പൊരുത്തപ്പെടാനായില്ല. സാവധാനത്തിൽ ഞാൻ കുറച്ചു മുന്നോട്ടു മാറിനിന്നു.

ഭാഗ്യം. വടക്കോട്ടേക്കുള്ള ബസുകൾ വരവായി. ഒരെണ്ണത്തിൽ വല്ല വിധേനയും കടന്നുകൂടി. പെൺകുട്ടിയും സ്ത്രീയും കയറാത്തതെന്ത്?

സ്ത്രീ മറ്റാരോടോ സംസാരം തുടങ്ങിയിരിക്കുന്നു. എനിക്ക് പെൺകുട്ടിയുടെ കണ്ണുകളിലെ ഭാവം കാണാനാകാത്തവിധം അവൾ മറ്റൊരാളുടെ മറവിലായിപ്പോയി.

വടക്കൊരു ഗ്രാമത്തിൽ കാറ്റിലിളകുന്ന നെല്ലോലകൾക്കിടയിലേക്ക് ചെങ്കൽ നിറത്തിൽ സന്ധ്യ ഒഴുകിയിറങ്ങുന്നതും കാത്ത് മഴ പെയ്യാതെ തന്നെ നിന്നു.

ചെറിയ ചെമ്മൺ പാതയുടെ അറ്റത്തു തുടങ്ങുന്ന വയൽവരമ്പി ലേക്ക് കണ്ണും നട്ട്, അകത്തളത്തിലെ അച്ഛന്റെ ശ്വാസംമുട്ടലിന്റെയും വരണ്ട ചുമയുടെയും താളം മറന്ന് അമ്മ ഉമ്മറപ്പടിയിൽത്തന്നെ ആലോ ചനയുമായി നില്ക്കുകയാണ്. അമ്മയുടെ ഉള്ള സമാധാനം കൂടി കള യാനെന്നപോലെ മഴ തിരക്കിട്ടെത്തി.

പക്ഷേ, ഞാൻ മഴനാരുകൾ പകുത്ത് പടികൾ കടന്നെത്തിയത് അമ്മ അറിഞ്ഞതേയില്ല.

സ്ത്രീയും പെൺകുട്ടിയും ഭരണങ്ങാനത്തെത്തിയോ എന്തോ? പെൺകുട്ടിയുടെ മഞ്ഞപ്പുള്ളികളുള്ള ചുരിദാറും ഷാളും മനസ്സിലെവി ടെയോ ഇളകുന്നതുപോലെ. ആകാശത്ത് മഴ നനഞ്ഞ് വിളറിയ നിലാവ് നോക്കി ഒരുനിമിഷം ഞാൻ മൗനിയായി. മഞ്ഞപ്പുള്ളികൾ എവിടെയൊ ക്കെയോ ചിതറിക്കിടക്കുന്നതുപോലെ തോന്നിയോ?

ഞങ്ങൾ പേരില്ലാ ഗ്രാമക്കാർ

ഒരു ഗ്രാമത്തിന്റേതായ സകലതും ഞങ്ങൾക്ക് അന്യമായിരിക്കുക യാണല്ലോ. എന്തിന്, ഗ്രാമത്തിന്റെ പേരുപോലും നഷ്ടമായിരിക്കുന്നു.

മരണഗന്ധം നിറഞ്ഞ ഗ്രാമത്തിൽ പരസ്പരം തിരിച്ചറിയുവാൻ പോലും പലരും ഭയപ്പെട്ടിരുന്നു.

ശക്തമായ ഒരു കാറ്റിന്റെ ഇരമ്പവും ആലിപ്പഴം ഉതിർത്ത മഴയും...

അത്രമാത്രം ഞങ്ങളുടെ ഇഴപിരിഞ്ഞ ഓർമ്മകളിൽ പലപ്പോഴും പൊന്തിവരുന്നുണ്ട്. പിന്നീടെപ്പോഴോ സ്ഥലകാലബോധത്തിന്റെ പരിധി ഓരോരുത്തരെയും ചുറ്റിനിന്നപ്പോൾ ഒരു ശ്മശാനത്തിന്റെ ഓർമ്മകൾ മനസ്സിൽ തിങ്ങി. ചുറ്റും കുറെ കറുത്ത കാലുകൾ മാത്രം. ഗ്രാമീണരിൽ പലരും തിരോധാനം ചെയ്യപ്പെട്ടുവോ? കുറെപ്പേർ ഞങ്ങൾ, പരസ്പരം തേടിത്തളർന്ന് ഒടുവിൽ പിൻവാങ്ങി. ഏറ്റവുമൊടുവിൽ ഗ്രാമത്തിന് ഒരു പേരു തേടുകയായിരുന്നു ആദ്യം ചെയ്തത്.

കണ്ടോതിയാണ് ആദ്യത്തെ പേര് നിർദ്ദേശിച്ചത്. അവന്റെ ചുണ്ടു കളിൽ നിന്ന് ആ പേര് ഏറ്റുവാങ്ങുകയായിരുന്നു ഞങ്ങൾ - പൂതമണി.

തോരങ്കിളിയും കുഞ്ഞയിത്താനും ആറ്റയും പരസ്പരം നോക്കി മൗനം പൂണ്ടുനിന്നു. ആ മൗനം എല്ലാവരിലും വിറങ്ങലിച്ചുപടർന്നു.

അവരറിയാതെ അവരുടെ ചുണ്ടുകൾ ചലിച്ചു - പൂതമണി.

ഒടുവിൽ നഖക്ഷതമേറ്റു മുറിഞ്ഞ മുലകൾ കാണിച്ചുകൊണ്ട് ആറ്റ വിതുമ്പി പറഞ്ഞു: "മ്മക്ക് ആ പേരു വേണ്ട."

കണ്ടോതിക്ക് ദേഷ്യം ഇരച്ചു കയറുന്നതുകണ്ട് ആറ്റ പേടിയോടെ വീണ്ടും പറഞ്ഞു: "ഇങ്ങള് ഓർക്കണോ മഴപെയ്ത രാത്രീല് ഒരൂട്ടം പൂത ങ്ങളാ മ്മളെ ദ്രോയിച്ചത്. അതോണ്ട് ആ പേര് വേണ്ട."

പിന്നെ കണ്ടോതി നിശ്ശബ്ദനായി. അയാൾ കുഞ്ഞയിത്താനെ

നോക്കി: കുഞ്ഞയിത്താൻ ആറ്റയെ, ആറ്റ തോരങ്കിളിയെ, തോരങ്കിളി അണികോലത്തെ...

അവരുടെ നോട്ടം അങ്ങനെ നീണ്ടു നീണ്ട് ഗ്രാമം മുഴുവൻ വട്ടമിട്ടു നിന്നു.

അവർക്കുമുമ്പിൽ കുറെയേറെ കറുത്ത പൂതങ്ങൾ താളം ചവിട്ടി.

ഗ്രാമത്തിലെ ഒരുതിക്കളം. കരൾ മുറിഞ്ഞ്, സ്വപ്നങ്ങൾ ചതഞ്ഞ് ചിതറിയ ഒരുതിക്കളം. അവിടെ കോരന്റെയും തോരങ്കിളിയുടെയും രതി ചിന്തകൾ ഉറുമ്പരിക്കുകയായിരുന്നു. ഒരേ പായയിൽ ഒന്നുചേർന്ന് ഉറങ്ങാൻ തുടങ്ങിയപ്പോഴായിരുന്നുവല്ലോ അവൻ ആക്രമിക്കപ്പെട്ടത്.

ചിരുതയുടെയും കുഞ്ഞിപ്പെണ്ണിന്റെയും കീറിപ്പറിഞ്ഞ അടിവസ്ത്ര ങ്ങൾ കാറ്റിൽ പറന്നു. എല്ലാറ്റിനും നടുവിൽ ഒരുകൂട്ടം കറുത്ത പൂത ങ്ങൾ. കറുത്ത പൂതങ്ങൾ ഞങ്ങളെ ആക്രമിക്കുകയായിരുന്നു. പൂതങ്ങ ളുടെ നിലത്തുറയ്ക്കാത്ത രൂപംകെട്ട കാലുകൾ കണ്ട് ഭയന്ന ഞങ്ങൾ, ഗ്രാമീണർ ചെറ്റവാതിലുകൾ അടച്ച് അങ്ങോട്ടുമിങ്ങോട്ടും നോക്കിയിരു ന്നു.

പിന്നീടെപ്പോഴോ ഞെട്ടിയുണർന്ന ഞങ്ങൾക്ക് എല്ലാം നഷ്ടപ്പെട്ടി രുന്നു. ഞങ്ങളുടെ ഗ്രാമത്തിന്റെ പേരുപോലും....

പേരില്ലാ ഗ്രാമക്കാരുടെ കദനകഥകൾ നാടു മുഴുവൻ അലയിളക്കി പടർന്നു.

ഒരുനാൾ കണ്ടോതിയുടെ ശബ്ദം ഗ്രാമത്തിലെ പുഴയും കടന്ന് പ്രതിദ്ധ്വനിച്ചു.

"മ്മക്ക് കറുത്ത പോതങ്ങളെ പിടിച്ചുകെട്ടണം."

ഗ്രാമവൃക്ഷത്തിന്റെ ഇലകൾ നിശ്ചലമായി നിന്നു.

കുളിക്കാനെത്തിയ ആറ്റ കണ്ടോതിയുടെ വാക്കുകൾ പുഴയിലെ മീനുകളോടോതി: "മ്മക്ക് കറുത്ത പോതങ്ങളെ പിടിക്കണം"

"അവര് ചെയ്ത വേല ങ്ങള് കണ്ടോ..."

ആറ്റ ചേല മാറ്റി തന്റെ മുറിവേറ്റ മാറിടം മീനുകളെ കാണിച്ചു.

മീനുകൾ നക്ഷത്രക്കണ്ണുകൾ ഇളക്കി, പൂതങ്ങളുടെ നാടുതേടി നീന്തി.

ഒടുവിൽ ഞങ്ങളുടെ യാത്രയും തുടങ്ങി.

ഓരോ ആണാളിന് പിന്നിലും അവന്റെ പെണ്ണ്. അങ്ങനെ ഞങ്ങ ളുടെ സംഘം മുന്നോട്ടുനീങ്ങി.

കറുത്ത പൂതങ്ങളെ പിടിച്ചുകെട്ടുവാൻ.

ഇത്തവണയും കണ്ടോതിയാണ് ഗ്രാമം മുഴുവൻ ചുഴ്ന്നുനിന്ന രഹ സ്യമായ ഒരു സത്യം ആദ്യം പറയുവാൻ ധൈര്യപ്പെട്ടത്.

"എനക്കൊരു സംശേം... ഈ കറുത്ത പോതങ്ങള്ണ്ടാല്ലോ... അത് ങ്ങളി വെളുത്ത മനുഷ്ഷേന്മാര് രൂപം മാറ്റി വരണതല്ലേന്ന്."

ആറ്റയോടാണ് കണ്ടോതി ഈ രഹസ്യം ആദ്യം ഓതിയത്.

"എനക്കും..."

ആറ്റ സംശയമില്ലാതെ പറഞ്ഞു. ആറ്റ അവളുടെ തൊട്ടുമുന്നിലെ പെണ്ണിനോട്. അവൾ അവന്റെ ആണിനോട്... ആ കണ്ണികൾ നീണ്ടു നീണ്ടു വന്നു. പിന്നെ ഞങ്ങളിലോരോരുത്തരിലും ആ രഹസ്യം വലക്ക ണ്ണികളിലെന്നപോലെ കുരുങ്ങിക്കിടന്നു.

വെളുത്ത മനുഷ്യരെ ആറ്റയ്ക്കിഷ്ടമായിരുന്നു. ഗ്രാമത്തിൽ അവർ പലപ്പോഴും വന്നിട്ടുണ്ട്.

ഒരിക്കൽ ഗ്രാമത്തിലെ ചെമ്മൺപാതയിൽ മൂളിക്കിതച്ചെത്തിനിന്ന കാറിൽ നിന്നിറങ്ങിയ വെളുത്ത് ചുവന്ന മനുഷ്യൻ.

"യ്യാ ഞൊര് ചേല്!"

ആറ്റ അന്ന് തോരങ്കിളിയോട് പറഞ്ഞു.

അയാൾ എന്തൊക്കെയാണ് അന്ന് ഗ്രാമത്തിലെ എല്ലാവരോടുമായി പറഞ്ഞത്.

"മ്മളെയൊക്കം കാക്കണ ആളാ."

അന്ന് തോരങ്കിളിയോട് ആറ്റ പറഞ്ഞു. ആറ്റയുടെ കണ്ണുകളിൽ ബഹുമാനവും പ്രത്യാശയും ഇടകലർന്നു മിന്നി. ആറ്റയിൽ മാത്രമല്ല ഞങ്ങളിലും.

അങ്ങനെയുള്ള ഞങ്ങളെ കാക്കണ ആളുടെ പക്ഷക്കാരാണെന്നോ കറുത്ത പൂതങ്ങൾ?

ആർക്കും വിശ്വസിക്കാനാകുന്നില്ല. എങ്കിലും കണ്ടോതി പറയു ന്നത് നുണയാകാറില്ലല്ലോ.

അവൻ തന്ന പുത്തൻ അറിവിന്റെ ജ്വാലയിൽ പേരില്ലാ ഗ്രാമക്കാർ ഉരുകുകയായിരുന്നു.

എങ്കിലും ഞങ്ങൾ മുന്നോട്ടു നീങ്ങി.

ഗ്രാമവൃക്ഷത്തിനു കീഴിലൂടെ കടന്നുപോയപ്പോൾ ആറ്റയാണത് കണ്ടുപിടിച്ചത്.

ഗ്രാമവൃക്ഷച്ചുവട്ടിലെ കലുങ്കിൽ, ഞങ്ങളെ കാത്തുപോന്നിരുന്ന വെളുത്ത മനുഷ്യന്റെ പടം.

"ഇനിക്ക് പേടി തോന്ന്ണ്" ആറ്റ കണ്ണുകൾ പൊത്തി പറഞ്ഞു.

കണ്ടോതിയുടെയും കോരന്റെയും അയ്യപ്പന്റെയും മുഖം ദേഷ്യം കൊണ്ട് കൂടുതൽ കറുത്തു. മൂവരും ഒപ്പമാണ് കലുങ്കിലെ പടം വലിച്ചു കീറി കാറ്റിൽ പറത്തിയത്. ഞങ്ങളെ ആക്രമിച്ചവരോടുള്ള ആദ്യത്തെ പ്രതിഷേധം.

ഞങ്ങളുടെ അണി നീങ്ങിക്കൊണ്ടേയിരുന്നു. കറുത്ത പൂതങ്ങളെ തേടിയുള്ള യാത്ര. കറുത്ത ദേഹങ്ങളിൽ നിന്ന് വിയർപ്പുമുത്തുകൾ മണ്ണിൽ ചിതറിപ്പടർന്നു. നടന്നുതേഞ്ഞ പാദങ്ങളിൽ ചോര പൊടിഞ്ഞു. രാവുകളും പകലുകളും പിന്നിട്ട് ഒടുവിൽ കറുത്ത പൂതങ്ങളുടെ നാട് കണ്ടു.

അടഞ്ഞുകിടന്ന വലിയ കവാടത്തിന് മുന്നിൽ ഞങ്ങൾ ചെറിയ മനു ഷ്യർ നിസ്സഹായരായി നിന്നു. പെണ്ണുങ്ങൾ മതിൽചാരി തളർന്നുറങ്ങി

ക്കഴിഞ്ഞു.

പെട്ടെന്നാണ് കണ്ടോതിക്കൊരു ബുദ്ധി ഉദിച്ചത്.

"മ്മക്കീ മതിലു തൊളച്ച് കേറാം."

മതിലിൽ രൂപപ്പെട്ടു വരുന്ന ദ്വാരത്തിലൂടെ ഊർന്നിറങ്ങിയ മൺത രികൾ ഞങ്ങളെ കോൾമയിർകൊള്ളിച്ചു.

ആദ്യം കണ്ടോതി തന്നെ ദ്വാരത്തിലൂടെ അകത്തേക്ക് നോക്കി. അവന്റെ ഹൃദയം ത്രസിച്ചു. ഞരമ്പുകൾ വലിഞ്ഞുമുറുകി. പിന്നെ ഞരക്കത്തോടെ നിലം പതിച്ചു.

ഞങ്ങൾ ഓരോരുത്തരും ദ്വാരത്തിലൂടെ നോക്കി.

കറുത്ത പൂതങ്ങൾ വെളുത്ത മനുഷ്യരുടെതന്നെ വേഷംമാറിയ രൂപ ങ്ങളാണെന്ന സത്യത്തിനു മുമ്പിൽ ഞങ്ങളുടെ ബോധമണ്ഡലം ഉരുകി വാർന്നു.

കറുത്ത പൂതങ്ങളുടെ തുറിച്ച നോട്ടങ്ങൾക്കുമുമ്പിൽ ഞങ്ങൾ തളർന്നുവീണു. കവാടത്തിനു മുമ്പിൽ കിടന്ന ഞങ്ങളെ ദയവേറിയ ഒരു കാറ്റ് തഴുകി നീങ്ങി.

ഞങ്ങളുടെ ചിന്തകളിൽ ഞങ്ങൾക്ക് തൊട്ടടുത്ത ഗ്രാമവും ഒരു പേരില്ലാ ഗ്രാമമായി മാറുന്നതും കറുത്ത പൂതങ്ങളെ തേടിയുള്ള അവ രുടെ യാത്രയും അവ്യക്തമായ ഒരു പുകമറപോലെ നിന്നു.

ക്രമേണ ഭീതിയുടെ ഇഴകൾ പകുത്തുമാറ്റി മതിലിൽ ആദ്യം സൃഷ്ടിച്ച ദ്വാരം വലുതാക്കുവാൻ തുടങ്ങുകയായിരുന്നു ഞങ്ങൾ. പിന്നെ ഊർന്നിറങ്ങുന്ന മൺതരികളെ നോക്കി ശ്വാസമടക്കിനിന്നു; ഞങ്ങൾ പേരില്ലാ ഗ്രാമക്കാർ...

അമ്മ

അമ്മയുടെ വഴിക്കണ്ണ് തൊടിയും കടന്ന്, പുഴനീന്തി കൈതയുടെ ഓലകളിൽ ഉടക്കാതെ ദാഹിച്ചുകിടക്കുന്ന വയൽമണ്ണിലൂടെ അരിച്ചിറ ങ്ങുകയാണ്.

വരും... വരാതിരിക്കില്ല.

പട്ടണത്തിൽ നിന്ന് ഗ്രാമത്തിലേക്കുള്ള അവസാന വണ്ടിയും പോയി ക്കഴിഞ്ഞതായി അമ്മയ്ക്കറിയാമായിരുന്നു. എങ്കിലും അമ്മ കാത്തിരു ന്നു. പ്രതീക്ഷകളെല്ലാം തീർന്നിട്ടുള്ള കാത്തിരിപ്പിന് വേദന നിറഞ്ഞ ഒരു സുഖമുണ്ട്.

അമ്മ ഇപ്പോൾ ആ സുഖത്തിലാണ്.

ഓർമ്മകളിൽ, പുഴയുടെ താളത്തിനൊപ്പം ചാഞ്ചാടി വെള്ളത്തിൽ മറിയാതെ രക്ഷപ്പെട്ടുപോകുന്ന ഒരു കടത്തുവഞ്ചിയുണ്ട്. വഞ്ചിയിൽ നെടുവീർപ്പുമായി, അനന്തതയിലേക്ക് മിഴിനട്ടിരിക്കുന്ന ഏകാകിയായ യാത്രക്കാരനുണ്ട്.

അമ്മയുടെ മിഴിത്തുമ്പ് നനയുന്നേയില്ല. ചിന്തകളിലേക്ക് നനവ് പടർത്തുന്നതും അതിൽ ലയിച്ചിരിക്കുന്നതുമാണ് അമ്മയ്ക്കിഷ്ടം.

തെക്കോട്ടുള്ള ജനൽപ്പാളികൾ ആരോ തുറന്നിട്ടിരിക്കുകയാണ്. തണുത്തകാറ്റ് അമ്മയെ സാന്ത്വനപ്പെടുത്തുന്നതിനായി, തെക്കുപുറത്ത് അച്ഛനുറങ്ങുന്നിടത്തു നിന്ന് വന്ന്, പിന്നെ അതു മറന്നുനിന്നു കിതച്ചു.

നമ്മുടെ മകൻ വരും. വരാതിരിക്കില്ല. അമ്മ കാറ്റിലൂടെ മൊഴിഞ്ഞു.

തെക്കെമുറ്റത്ത് മുരിങ്ങപ്പൂവുകൾ ചിതറിക്കിടന്നു. കൊഴിഞ്ഞ മുരി ങ്ങപ്പൂവുകൾ കഴുകി, ചീനച്ചട്ടിയിൽ കടുക് താളിച്ച് തേങ്ങാ ചിരകി അര കല്ലിൽവച്ച് ഒതുക്കിയെടുത്തതും ചേർത്ത് തോരനുണ്ടാക്കിയിട്ടുണ്ട്. മുരിങ്ങക്കായ് നീളത്തിൽ കീറിയിട്ടുണ്ടാക്കിയ അവിയൽ വെളിച്ചെണ്ണ

ചേർത്ത് അടുപ്പിൽ നിന്ന് ഇറക്കിയിട്ടുണ്ട്. മകന് ഇതെല്ലാം ഇഷ്ടമാ
ണല്ലോ. പശുത്തൊഴുത്തിൽ നിന്ന് ഒരു കിടാവ് തുള്ളിച്ചാടി മുറ്റത്തേക്കി
റങ്ങി.

പശുക്കുട്ടിയുടെ പുറത്തു കയറിയിരുന്ന് മകൻ കളിക്കുകയാണ്.
അച്ഛൻ ഉമ്മറക്കോലായിൽ നിന്ന് ആ കളികണ്ട് രസിക്കുകയാണ്... അമ്മ
യുടെ നിനവുകളിലേക്ക് ബാല്യം പടിയിറങ്ങിവന്നു.

"ഇക്കുട്ടി ഇതെബ്ടെ പോയിക്കെടക്കാ... കുട്ടി വരാണ്ടെങ്ങനയാ
എന്തെങ്കിലും കഴിക്കാ. ഓരോരുത്തരിങ്ങു വരും ന്റെ കുട്ട്യേ ചീത്താ
ക്കാൻ..."

"മീനാക്ഷ്യേ... കുട്ടി വരുമ്പോളേക്കും ഒരു കരിക്കു വെട്ടിക്കോളൂ.
ദാഹിച്ചു നല്ല പരേശം കാണും."

മുറ്റത്തു പടർന്നു പന്തലിച്ചു നിന്ന മൂവാണ്ടൻ മാവിന്റെ ചാഞ്ഞ
കൊമ്പിലെ ഊഞ്ഞാൽ വെറുതെ കാറ്റിലാടി.

ഊഞ്ഞാൽപടിമേൽ അച്ഛന്റെ മടിയിൽ നിന്ന് മകൻ ഊർന്നിറങ്ങി
ഓടി മറഞ്ഞു.

അമ്മയ്ക്ക് അതോർത്തപ്പോൾ ചിരി വന്നു. ചിരിച്ച് ചിരിച്ച് കണ്ണിൽ
വെള്ളം നിറഞ്ഞു.

അമ്മയുടെ കണ്ണുനീരിലേക്ക് സന്ധ്യയുടെ പ്രകാശം ചുരന്നു. അമ്മ
യുടെ കട്ടിലിനു ചുറ്റും ഒരുപാടാളുകളുണ്ട്.

"മീനാക്ഷ്യേ... ഇത്തിരി വെള്ളംകൂടി വായിലിറ്റിക്ക്യ."

അവരിലൊരാൾ പറഞ്ഞു.

"ഇതിന്റെയൊരു വിധീന്നല്യാണ്ടെന്താ പറയ, പണിക്കാരീടെ
കൈയീന്ന് വെള്ളം കുടിക്കണ്ന്നാ വിധി."

മീനാക്ഷി ഇറ്റിച്ചുകൊടുത്ത വെള്ളം അമ്മയുടെ ചുണ്ടിന്റെ കോണി
ലൂടെ ഒലിച്ചിറങ്ങി...

പഴകിയ മഞ്ഞനിറം പടർന്ന ഒരു തുണികൊണ്ട് പ്രായമായ ഒരാൾ
ചിരി തുടച്ച് കൊടുത്തു.

"മീനാക്ഷിക്ക് വല്ല നിശ്ശ്യംണ്ടോ ഈ തള്ളേടെ മകൻ എവിട്യാന്ന്"
കൂട്ടത്തിൽ അപരിചിതൻ ചോദിച്ചു.

മീനാക്ഷിക്ക് ഒന്നുമറിഞ്ഞുകൂടാ. അവൾ കുറച്ചുനാൾ മുമ്പുമാത്ര
മാണ് ജോലിക്കാരിയായി ആ വീട്ടിൽ വന്നത്.

അമ്മയുടെ മകനെ അവൾ കണ്ടിട്ടില്ല. കേട്ടിട്ടേയുള്ളൂ. അമ്മ
മകനുവേണ്ടി എന്തെല്ലാമുണ്ടാക്കി വിളമ്പിയിട്ടുണ്ട് എന്ന് നൂറുവട്ടം അമ്മ
പറഞ്ഞുകേട്ടിട്ടുണ്ട്.

അതുവരെ കാണാത്ത ആ മകനെക്കുറിച്ചോർത്തപ്പോൾ മീനാക്ഷി
ക്ക് കരച്ചിൽ വന്നു. അവൾ മുണ്ടിന്റെ അറ്റം കൊണ്ട് വായ്മൂടി നിന്ന്
കരഞ്ഞു.

"ന്നാ പിന്നെ ഇന്യേധികം കാക്കണ്ട."

"ഇന്നു തന്നെ സംഭവിച്ചാ അങ്ങേർടെ അടുത്ത് തന്നെ ആക്കാം

ല്ലേ?" ഒരു കാരണവർ വായ്നിറയെ മുറുക്കാനുമായി അവ്യക്തമായി പറ
ഞ്ഞു. കാറ്റിലാടുന്ന ഊഞ്ഞാലിന്റെ കയർ ആരോ നേരത്തേ തന്നെ മുറി
ച്ചുമാറ്റി. പിന്നെ മൂവാണ്ടൻ മാവ് പ്രതീക്ഷയോടെ കാത്തുനിന്നു.

അമ്മയ്ക്ക് യാത്രയ്ക്കുള്ള സമയമായി. വെള്ളത്തുണി ചുറ്റി, ചന്ദനം
തൊട്ട്, മുടിയൊതുക്കി, ഒരു നേർത്ത ചിരിയോടെ അമ്മ ഇപ്പോൾ തന്നെ
പടിയിറങ്ങും. എല്ലാവരും മകനെക്കുറിച്ചാണ് ആ നേരം ഓർത്തത്.

ഇങ്ങനെയൊരു മകൻ ഈ അമ്മയ്ക്ക് ഉണ്ടായിരുന്നുവോ?

ആരും കണ്ടിട്ടില്ല മകനെ. ആ നാട്ടിലേക്ക് കല്യാണം കഴിച്ചുകൊ
ണ്ടുവന്ന പെണ്ണുങ്ങൾ കണ്ണിൽ കണ്ണിൽ നോക്കി. പ്രായം ചെന്ന
സ്ത്രീകൾ കണ്ണിനുമുകളിൽ കൈ ചേർത്ത് അവരുടെ നരച്ച ചിന്തകളി
ലേക്ക് അരിച്ചിറങ്ങി. ഈ വീട്ടിലെ ഉമ്മറക്കോലായിലെ തൊട്ടിലിൽ ഇങ്ങ
നൊരുണ്ണി ആടിയിട്ടുണ്ടോ?

ആണുങ്ങളാകട്ടെ മാവ് മുറിക്കുന്ന രീതിയെക്കുറിച്ചാണ് ചർച്ച
ചെയ്തിരിക്കുന്നത്.

ഏതായാലും ഒരു കാര്യം തീർച്ചയാണ്.

എല്ലാവരും അറിഞ്ഞിരുന്ന അമ്മ ആ വീട്ടിൽ ഏകാകിയായിരുന്നു.

തെക്കുവശത്തുനിന്നു വന്ന ഒരിളംകാറ്റ് അമ്മയുടെ വരണ്ട ചുണ്ടു
കളിലേക്ക് നനവ് പടർത്തി.

പ്രതീക്ഷിക്കാതെ ഒരു മഴയിൽ കുതിർന്ന് അവനിപ്പോൾ ഇവിടെ
വന്നുകയറും.

അമ്മ അതേവരെ പിറക്കാതിരുന്ന മകന്റെ മുഖമോർത്ത് പുഞ്ചിരി
തൂകി.

പിന്നെ മെല്ലെ മെല്ലെ മകന്റെ പുഞ്ചിരി കണ്ണുകളിലേക്ക് ചേർത്ത്
അമ്മ കണ്ണുകളടച്ചു. ഇലകളും ശിഖരങ്ങളുമില്ലാതെ മൂവാണ്ടൻമാവ്
മണ്ണിൽ പതിഞ്ഞു കിടന്നു.

പ്രണയപർവ്വത്തിൽനിന്ന് ഒരേട്

ആ രണ്ടുപേരും അതായത് ഒരാണും ഒരു പെണ്ണും നേരെ കോഫി ഹൗസിലേക്കാണ് നടന്നത്. യൂണിവേഴ്സിറ്റി കോളേജിന്റെ പിന്നാമ്പുറ ത്തെ, നരച്ചവെയിലിൽ വീണുമയങ്ങുന്ന വീഥിയിലൂടെ നടന്ന് അവർ കോഫിഹൗസിലെത്തി. അവിടുത്തെ മൂന്നുനാലു മേശയ്ക്കിരുപുറവും അടിപൊളി സ്റ്റൈലിൽ 'മംഗ്ലീഷ്' സംസാരിച്ചുകൊണ്ടിരുന്ന യുവമിഥുന ങ്ങളായിരുന്നു. അതിനിടയിലാണ് ഒരു ദിവ്യപ്രണയത്തിന്റെ തീക്ഷ്ണ തയും തേടി ഇവർ അലഞ്ഞെത്തിയത്.

ഇനി ഇവർ ആരെന്നാണ് പ്രശ്നം. അറിയപ്പെടുന്ന ഒരു കഥാകൃ ത്തിന്റെ കഥയിൽ നിന്ന് ഒളിച്ചോടിപ്പോന്ന രണ്ടു കഥാപാത്രങ്ങളാണ് ഇവർ. ഈ കഥാകൃത്തിന്റെ കഥകളിൽ പ്രണയമെന്നത് ഒരിക്കലും ഒരു വിഷയമേ ആയിരുന്നില്ലല്ലോ. കഥാപാത്രങ്ങളെല്ലാം തന്നെ ഇന്നത്തെ ഈ ജീവിതത്തിൽ ദിവ്യപ്രണയത്തിനൊരു സ്ഥാനവും ഇല്ല എന്ന് ഉറ ച്ചു വിശ്വസിക്കുന്നവരുമായിരുന്നു.

അതുകൊണ്ടാണല്ലോ ഒരവസരത്തിൽ കഥാനായകൻ എന്ന് വായ നക്കാർ മുദ്ര ചാർത്തിക്കൊടുത്ത 'അയാൾ' എന്ന കഥാപാത്രംതന്നെ തന്റെ മുമ്പിൽ പ്രണയാഭ്യർത്ഥനയുമായി വന്ന ഒരു പാവപ്പെട്ട വേശ്യ യുടെ മുഖത്തുനോക്കി ഹീനമായ പദങ്ങൾ (ഇവിടെ എഴുതാൻ പറ്റാ ത്ത്) പ്രയോഗിച്ചത്. അയാൾക്ക് (കഥാപാത്രമല്ല) കഥാകൃത്ത് എന്ന അയാൾക്ക് പ്രണയത്തെ നിഷേധിക്കാതിരിക്കുവാൻ ആകുമായിരുന്നില്ല. അയാളുടെ കുട്ടിക്കാലം അത്ര വരണ്ടതും സ്നേഹരഹിതവും ആയിരു ന്നു. പ്രശസ്ത കഥാകാരി ഗ്രേസി പറയാറുള്ളതുപോലെ തന്നെ അയാ ളുടെ വീട്ടിലും ഒരു *ബൈബിൾ* മാത്രമേ പുസ്തകമായിട്ടുണ്ടായിരുന്നു ള്ളൂ. പിന്നെ, പഴകി തുരുമ്പ് പിടിച്ച് ദ്രവിച്ച ഒരു ഇരുമ്പുപെട്ടിക്കുള്ളിലെ

ഒരു മുന്നാധാരക്കെട്ടും. അതാകട്ടെ, അപ്പനമ്മമാർ കൈമാറി കൈമാറി പൊടിഞ്ഞുതുടങ്ങിയിരുന്നു. എങ്കിലും ആധാരത്തിലൊക്കെ കാണാറുള്ള ഇരട്ടപ്പേര്, ഒന്നാം സാക്ഷി, രണ്ടാം സാക്ഷി, അവകാശം, ജംഗമവസ്തു എന്നീ സ്ഥിരം വാക്കുകളും മറ്റും കഷ്ടിച്ച് വായിച്ചെടുക്കാമായിരുന്നു. ആകപ്പാടെ അയാളുടെ ഓർമ്മകളിൽ തികട്ടിവരാറുള്ളത് മദഗന്ധമുള്ള ഒരു ചുംബനം മാത്രമാണ്. അത് അയാളുടെ അപ്പന്റെ അകന്ന ബന്ധ ത്തിലുള്ള ഒരു വിധവ ഒരു നനഞ്ഞ സന്ധ്യയിൽ പത്തായപ്പുരയുടെ തണുപ്പിൽവച്ച് അയാൾക്ക് നല്കിയതാണ്.

അവരുടെ വീട്ടിൽ അപ്പനൊന്നിച്ച് വിരുന്നിനെത്തിയതായിരുന്നു അയാൾ.... തികച്ചും അപ്രതീക്ഷിതമായ ഒന്നായിരുന്നതിനാൽ ആ ചുംബനം പക്ഷേ, അയാളിൽ നിറച്ചത് ഒരുതരം വിഹ്വലത മാത്രമായിരു ന്നു.

അപ്പനും ആ വിധവയും മരിച്ച് കാലം കഴിഞ്ഞിട്ടും "നനഞ്ഞ പ്രകൃ തിയും ഒരു ചുംബനവും" എന്ന വികാരതീവ്രമായ ഒരു തലക്കെട്ടും കണ്ടുപിടിച്ച് കുറച്ചുകാലം ഈ വിഷയം മനസ്സിലിട്ട് കൊണ്ടുനടന്നു. പക്ഷേ, കഥയെഴുതാൻ അയാൾക്ക് കഴിഞ്ഞില്ല. ആഗോളവല്ക്കരണവും വാണിജ്യവല്ക്കരണവും ഒക്കെ അയാളുടെ കഥകളിൽ നിറഞ്ഞുനിന്നെ ങ്കിലും അതുപോലെ പ്രണയവല്ക്കരണം എന്ന ഒരു സങ്കല്പം നിറച്ച് എഴുതുവാൻ അയാൾക്ക് ഒരിക്കലും കഴിഞ്ഞില്ല.

ഇങ്ങനെയുള്ള ഈ കഥാകൃത്തിന്റെ, ഈ കഥാപാത്രങ്ങളുടെ പേരു കൾ തല്ക്കാലം നമുക്ക് പ്രശ്നമാക്കേണ്ട. അല്ലെങ്കിൽത്തന്നെ രണ്ടു പേരുകളിൽ എന്തിരിക്കുന്നു.

ജൈവപരമായ യാതൊരുവിധ പ്രലോഭനങ്ങളുമില്ലാത്ത, ഒന്ന് മറ്റൊ ന്നിനെ കീഴടക്കാത്ത, വിധേയത്വമില്ലാത്ത ഒരു പ്രണയം....

കോഫിഹൗസിലെ ഇരുണ്ട മൂലയിൽവച്ച് പെൺകഥാപാത്രം മൊഴിഞ്ഞു:

"നമ്മള് വിചാരിക്കണ പോലല്ല കാര്യങ്ങള്... പ്രത്യേകിച്ചും ഈ പ്രണയത്തിന്റെ കാര്യത്തിലൊക്കെ..."

ആൺകഥാപാത്രം അല്പം പ്രാക്ടിക്കലായിത്തന്നെ പറഞ്ഞു:

"ഇപ്പത്തന്നെ ഈ കോഫിഹൗസിലെ ജോഡികളെ കണ്ടോ? ഈ കൊച്ചു വർത്തമാനങ്ങളും ഉമ്മകളും സിനിമകാണലും വി സി ആറു കാണലുമൊക്കെ കാണും..."

"പക്ഷേ, കളി കാര്യമാകുമ്പം അവര് ജാതീം, മതോം, സാമ്പത്തി കോം, സൗന്ദര്യോം എല്ലാം നോക്കും."

"ഒന്നുമൊത്തില്ലെങ്കിൽ ഗുഡ്ബൈ പറയും...."

"ചെലതൊക്കെ വാണിഭത്തിലും തീരും." പെൺകഥാപാത്രം തരി ച്ചിരുന്നുപോയി. എല്ലാം മതിയായി. അവളുടെ ഉടലിൽ നിന്ന് പ്രവ ഹിച്ചുകൊണ്ടിരുന്ന പ്രണയതരംഗങ്ങൾ വിറയലായി മാറി.

ആണാകട്ടെ, പിന്നെയും എന്തൊക്കെയോ പറഞ്ഞുകൊണ്ടേയിരുന്നു.

കോഫിഹൗസിലെ തിരക്കുകൂടിവന്നു. പ്രണയജോഡികൾ ബൈക്കുകളിൽ കയറി സ്ഥലം വിട്ടിരുന്നു. ഈ ആൺ കഥാപാത്രം 'കായാമ്പൂ കണ്ണിൽ വിടരും...' എന്ന പാട്ട് മൂളിത്തുടങ്ങിയിരുന്നു. പക്ഷേ, അവൾ, പെണ്ണ് ഇതിലും ഭേദം കഥ തന്നെയെന്ന് നിനച്ച് കഥയിലേക്കു തന്നെ സന്ധ്യക്കുമുമ്പേ മടങ്ങാൻ തീരുമാനിക്കുകയും മുഖം മറച്ച് ബസ് സ്റ്റോപ്പിലേക്ക് നടക്കുകയും ചെയ്തു.

ചാവുനിലങ്ങൾക്കായി ഒരു പുഴ

അല്ലെങ്കിൽത്തന്നെ കുറെയേറെ ആവലാതികളുമായിട്ട് സമരസ പ്പെട്ടാണ് കുഞ്ഞിക്കണ്ണന്റെ നടപ്പ്.

"ഇനിക്കൊട്ടും വയ്യെന്റെ കുഞ്ഞിക്കണ്ണേട്ടാ" എന്ന് ആറ്റയുടെ സങ്ക ടംകൂടിയായപ്പോൾ, അയാൾ തളർന്നു.

കറുത്ത പാടുകൾ പാകിയ ആറ്റയുടെ നിറവയർ കുഞ്ഞിക്കണ്ണനു മുൻപിൽ കിതച്ചു. ആറ്റയ്ക്ക് നോവിന്റെ വേരു പൊട്ടിയിരിക്കുന്നു. അവ ളുടെ നീണ്ടുകൂർത്ത മൂക്കിൻതുമ്പിലും കഴുത്തിലും ചുഴിയുള്ള താടി യിലും വിയർപ്പുപൊടിഞ്ഞു.

കണ്ണുകൾ തളർച്ചകൊണ്ട് പാതി അടച്ച് അവൾ വെറും തറയിൽ ഭിത്തിചാരി ഇരുന്നു.

പിന്നെ കാലുകൾ നീട്ടി തഴപ്പായയിൽ കിടന്നു പിടഞ്ഞു. കുഞ്ഞിക്ക ണ്ണന് പൊറുതി മുട്ടിപ്പോയി.

അയാൾ ഒരാശ്വാസത്തിനായി പരിചിത ഗന്ധങ്ങളെ തിരിച്ചു വിളി ക്കാനായി മൂക്കുവിടർത്തിനോക്കി. കച്ചോലത്തിന്റെയും കാപ്പിയുടെയും കശുമാവിന്റെ മദഗന്ധമുള്ള പൂക്കുലയുടെയും മണം അകന്നേപോയിരി ക്കുന്നു.

കാറ്റിനാകെ വിഷത്തിന്റെ തീക്ഷ്ണത.

മരങ്ങളാകട്ടെ കാണെക്കാണെ മരണത്തിന്റെ കടുംമഞ്ഞ പുതച്ചു വരുന്നതുപോലെ.

കുഞ്ഞിക്കണ്ണന് സദാ സാന്ത്വനമേകാരുള്ള ആറ്റയുടെ വിയർപ്പിന്റെ ഗന്ധമോർത്തെടുക്കാനും കഴിയുന്നില്ല.

അയാൾക്ക് വയൽവരമ്പിലൂടെ നടക്കുവാൻ ഭയം തോന്നി. ചുറ്റും വിണ്ടുകീറിയ നിലങ്ങൾ അന്ത്യനീർ കിട്ടാതെ ചത്തുമലച്ചുകിടക്കുന്നു.

ഇന്നും പഴയതുതന്നെ സംഭവിക്കുമോ? അയാൾ കേശു ഡോക്ട റുടെ നിഴലിലേക്ക് നോക്കി ഡോക്ടറോടു ചോദിച്ചു.

"കുഞ്ഞീ നീ സമാധാനിക്ക്. ഇത് നെന്റെ മാത്രം ദുര്യോഗാല്ലല്ലോ. ഈ നാട്ടില് പലരും ഇതനുഭവിച്ചോരല്ലേ" - പാവങ്ങളുടെ ഡോക്ടറല്ലേ കേശു ഡോക്ടർ. ആ കേശു ഡോക്ടറുടെ വാക്കുകൾ കുഞ്ഞിക്കണ്ണൻ അനുസരിച്ചു. അയാൾ സമാധാനം ഭാവിച്ചു നടന്നു.

അയാൾ ആറ്റയുടെ വിളറിയ മുഖമോർത്തു. മുമ്പൊക്കെ കരഞ്ഞു കരഞ്ഞ് ആറ്റ കണ്ണുനീരിന്റെ വറ്റാത്ത ഒരു കിണറാണെന്ന് കുഞ്ഞിക്ക ണ്ണന് തോന്നാറുണ്ട്. ഇന്നിപ്പോൾ ആറ്റ വറ്റിവരണ്ട ഒരു കണ്ണീർപ്പാടമാ ണെന്ന് അയാൾ കരുതി. അയാൾ ആറ്റയുടെ മുലപ്പാൽ ചുരത്തുന്ന മുല കൾ സ്വപ്നംകണ്ട് ധൃതിയിൽ നടന്നു.

ഇത് നാലാമത്തെ പേറ്റുനോവാണ് ആറ്റയ്ക്ക്. ഇനിയും ഒന്നും സംഭ വിക്കരുതേ - കുഞ്ഞിക്കണ്ണൻ നെടുവീർപ്പിട്ടു.

ഒന്നാമൻ ആറ്റയുടെ ആഗ്രഹംപോലെ തന്നെ ഒരു വെളുത്ത കുഞ്ഞു സുന്ദരനായിരുന്നു. പക്ഷേ, കാണെക്കാണെ അവന്റെ തല വളർന്ന് വളർന്ന് ആകാശം മുട്ടാറായി എന്ന് ആറ്റ വിലപിക്കവെ, ജനിച്ച് നാലാം നാൾ അവൻ യാത്രയായി. അവന്റെ തലയ്ക്ക് ഈ ഭൂമിയിൽ ഇടം പോരാ യിരുന്നു. ആറ്റയുടെ നീരുവന്നു വീർത്ത പാദങ്ങളിൽ ഒരു വിഷ ക്കാറ്റുവന്നു തൊട്ടു. പിന്നെയാ ഭ്രാന്തൻ കാറ്റ് കശുമാവിൻചില്ലകളെ പിടി ച്ചുലച്ച് എങ്ങോട്ടോ മറഞ്ഞുപോയി.

ആറ്റയുടെ പേറ്റുനോവിന്, കൂട്ടുനിന്ന മറിയുമ്മ സിസ്റ്റർ തലയിൽ കൈവച്ച് ആരെയൊക്കെയോ ശപിച്ചു. പിന്നെ വിതുമ്പിക്കരഞ്ഞു.

ഒന്നാമന്റെ ഒതുങ്ങാത്ത തലയിലേക്ക് മറിയുമ്മ തന്നെ വെള്ളത്തുണി വലിച്ചിട്ടു.

ഓരോന്നോർത്ത് വിതുമ്പിയ കുഞ്ഞിക്കണ്ണന്റെ മനസ്സിന്റെ നനവ് കേശു ഡോക്ടറെ വന്നു തൊട്ടു. രണ്ടുപേരും നടപ്പിന് വേഗത കൂട്ടിയി രുന്നു.

രണ്ടാമത്തവർ രണ്ടുപേരായിരുന്നുവല്ലോ. ഒരാണും ഒരു പെണ്ണും - ഇരട്ടകൾ - അവരുടെ പൊക്കിൾക്കൊടികളും ഉന്തിയ നെഞ്ചിൻകൂടും ഇണപിരിയാതെതന്നെ ആറ്റയുടെ ദേഹം വിട്ടുവന്നു. കുഞ്ഞിക്കണ്ണുകൾ പാതി തുറന്ന്, പതുപതുത്ത നെറുകയിൽ ഒരു ധൃതതാളം നിർത്തി. ഒറ്റ ഹൃദയവുമായി അവരും മൂന്നുദിവസം ജീവിച്ചു.

ആറ്റയ്ക്ക് മൂന്നാമത് നോവു തുടങ്ങിയത് ഒരു മകം നാളിൽ. മകം പിറക്കുന്നത് മങ്കയോ പുരുഷനോ എന്നൊന്നും ആറ്റയ്ക്കറിയേണ്ടതി ല്ലായിരുന്നു.

"ന്റെ കുഞ്ഞിക്കണ്ണേട്ടാ - ഞ്ഞി ആണോ പെണ്ണൊന്ന് ഒന്നും നമ്ക്ക് നോക്ക്ണ്ട."

"കുഴപ്പൊല്ല്യാതെ കിട്ട്യാ മതി" ആശുപത്രിയിലേക്കുള്ള വഴിയിൽ വെച്ച് അവൾ ബദ്ധപ്പെട്ടു പറഞ്ഞു.

എന്നിട്ടും ഡോക്ടർ കുഞ്ഞിന്റെ കുഞ്ഞു നഗ്നത കുഞ്ഞിക്കണ്ണനെ കാണിച്ചുകൊടുത്തു. ആണോ പെണ്ണോ എന്ന് തിരിച്ചറിയാനാകാത്ത ശൂന്യമായ നഗ്നതയിലേക്ക് കുഞ്ഞിക്കണ്ണൻ ഒന്നു നോക്കിയതേയുള്ളൂ.

അഞ്ചാം നാൾ കുഞ്ഞുമേനിയെ കുളിപ്പിച്ചു വെള്ള പുതപ്പിച്ചു കിടത്തിയപ്പോഴും ആറ്റയുടെ വിലാപങ്ങളുടെ മുകളിലൂടെ കുഞ്ഞിനെ എടുത്തുമാറ്റിയപ്പോഴും ആണോ പെണ്ണോ എന്ന് കുഞ്ഞിക്കണ്ണനും ആറ്റയും തിരിച്ചറിഞ്ഞില്ല.

കശുമാവിന്റെ വിഷനീലം പുരണ്ട ചില്ലകളിലേക്ക് വിറപൂണ്ട വെയിൽ മോഹഭംഗപ്പെട്ടു വീണു. ആറ്റയുടെ ഗർഭപാത്രത്തിന്റെ കനിവിലേക്ക് കുഞ്ഞിക്കണ്ണൻ വീണ്ടുമൊരു വിത്തുവീഴ്ത്തി.

"ഇന്റെ ദേവങ്ങളെ കാക്കണേ"

ആറ്റയും കുഞ്ഞിക്കണ്ണനും ദൈവങ്ങളെ ഒന്നിച്ചുവിളിച്ചു നടന്നു.

അടുത്തതും പാഴ്ക്കനി ആകാതിരിക്കാൻ ആറ്റ മനമുരുകിയൊഴിച്ച് മൺമറഞ്ഞ ഗുരുകാരണവന്മാർക്ക് കുരുതി നടത്തി. മുത്തപ്പൻ പൂവങ്കോഴിയുടെ ചുവന്ന ചോര തർപ്പണം ചെയ്തു. കുഞ്ഞിക്കണ്ണൻ നാണു പണിക്കർക്ക് വാറ്റുചാരായവും അവിലും മലരും നൂറ്റൊന്നു രൂപ ദക്ഷിണയും നല്കി കവടി നിരത്തിച്ചു.

മരണപ്പെട്ടുപോയ മൂത്തവന്റെയും ഇരട്ടകളുടെയും മുഖങ്ങളെ ആറ്റ തല്ക്കാലം മനസ്സിൽ പുതപ്പിച്ചു. മകം പിറന്നതിനെ ഓർക്കാതിരിക്കാൻ ശ്രമിച്ചു.

കശുമാവിൻ തോട്ടങ്ങളിൽ കരിമ്പൂച്ചകൾ പതുങ്ങിയിരുന്ന് പകൽയാത്രക്കാരെപ്പോലും ഭയപ്പെടുത്തിക്കൊണ്ട് കരഞ്ഞു. തുരിശിന്റെ നിറമുള്ള മരുന്നു പുതയുന്ന ഇരുമ്പുതൊട്ടികളിൽ വീണു ചത്തുമലച്ച എലികളുടെ കണ്ണുകളിലാകെ മരണം തിമർത്തു. ഭൂമിയുടെ അഗാധ ഗർത്തങ്ങളിൽ നിന്ന് അടക്കിപ്പിടിച്ച തേങ്ങലുകൾ പൊട്ടിവരുന്നതുപോലെ. അവിടവിടെ വയൽനിലങ്ങളിലേക്ക് മഴവിൽനിറമുള്ള ഉറവ പൊട്ടാൻ തുടങ്ങിയെങ്കിലും മടിച്ചുനിന്നു.

മരങ്ങളുടെ വിണ്ടുകീറിയ തായ്‌വേരുകളിൽ നിന്ന് കറുത്ത ജലം ഒഴുകിയിറങ്ങി. വിറകൊടിക്കാൻ വന്ന പെണ്ണുങ്ങളെ കരിയിലകളുടെ അനക്കം പോലും ഭയപ്പെടുത്തി. മലമുകളിനപ്പുറത്തുനിന്ന് ചീറി കറങ്ങി വന്നെത്തിയ വരണ്ട കാറ്റിന് വിഷമരുന്നിന്റെ ഗന്ധമുണ്ടായിരുന്നു. പെണ്ണുങ്ങൾ സകലതിനെയും ഭയപ്പെട്ടിരുന്നു. അവർ പരിഭ്രാന്തിയോടെ അടിവയറ്റിൽ വിരലമർത്തി അവരവരുടെ ഗർഭപാത്രത്തെ സംരക്ഷിക്കുവാൻ ശ്രമിച്ചു. പിന്നെ കരിനീലനിറ മിനുപ്പിൽ ചാലുകൾ കീറിയ വീർത്ത പാദങ്ങൾ വലിച്ചുവെച്ച് അവർ നടന്നു.

"ഈ പെണ്ണുങ്ങളുടെ കാര്യാം കഷ്ടോണ്ട് ല്ലേ"

കേശു ഡോക്ടർ കുഞ്ഞിക്കണ്ണനെ തിരിഞ്ഞുനോക്കി. പൊരിവെയിലിൽ കുഞ്ഞിക്കണ്ണൻ വിയർത്ത് കുളിച്ചിരുന്നു. അയാളുടെ കണ്ണുകളിൽ നിന്ന് അന്തമില്ലാതെ പൊഴിഞ്ഞ കണ്ണുനീർ വിയർപ്പിനൊപ്പം കഴു

ത്തിലേക്ക് ചാലിട്ടു. എങ്ങും പച്ചപ്പു നഷ്ടപ്പെട്ട മരച്ചില്ലകൾ. കിളികൾ കൂട്ടംതെറ്റി നാലുപാടും പറന്നുപോയി. പിറക്കാത്ത കുഞ്ഞുങ്ങളുടെ നിശ്ശ ബ്ദമായ ചെറിയ നിലവിളികൾ ഗ്രാമമാകെയാണ് ചൂഴ്ന്നു നില്ക്കുന്നത്.

ആറ്റയ്ക്കിപ്പോൾ നാലാംനോവും ഒടുങ്ങിക്കാണും. കുഞ്ഞിക്കണ്ണന്റെ നെഞ്ചിൻക്കൂട്ടിനുള്ളിലാകെ ഒരു ചിലമ്പൽ.

ആ നേരം ഒരു നാലാമനെ സിസ്റ്റർ ആറ്റയുടെ പാതിയടഞ്ഞ കണ്ണു കളോട് ചേർത്തുകാണിച്ചു. അവന് നനുനനുത്ത, നെറുകയോടു കൂടിയ നല്ല തലയുണ്ട്. ചുരുങ്ങാത്ത കട്ടികുറഞ്ഞ പൊക്കിൾക്കൊടിയുണ്ട്. ചെറു വിരലിന്റെ പകുതിയോളം പോന്ന കുഞ്ഞുനഗ്നതയുണ്ട്. അവന്റെ കുഞ്ഞി ക്കണ്ണുകളും പാതി തുറന്നിരുന്നു.

ആറ്റ മയക്കത്തിൽ നിന്ന് കണ്ണുതുറന്ന് ഒന്നു നോക്കി. എപ്പോഴാണ് ആ കുഞ്ഞിക്കണ്ണുകൾ അടയുക എന്നോർത്ത് അവൾ ശ്വാസമടക്കി നോക്കിക്കിടന്നു. പിന്നെ മെല്ലെ ഒരു സ്വപ്നത്തിലേക്ക് വഴുതിയിറങ്ങി.

ദൂരെദൂരെ പച്ചപിടിച്ച വയൽനിലങ്ങളിൽ അവളുടെ ഉണ്ണികൾ കളി ക്കുകയാണ്. പെട്ടെന്ന് വയൽ ഒരു പുഴയായി മാറി. പുഴയിൽ നിറയെ അവളുടെ ഉണ്ണികളാണ്. പുഴയിലേക്ക് ചാഞ്ഞുനിന്ന കശുമാവിൻ ചില്ലകളിലാകെ പൂത്തുലഞ്ഞിട്ടുണ്ട്. പെട്ടെന്നാണ് പൂത്തുലഞ്ഞ ചില്ലക ളാകെ മരണം കിനിയുന്ന വരണ്ട കാറ്റ് പകർന്നാടിയതും ഉണ്ണികളാകെ എവിടെയോ മറഞ്ഞേ പോയതും. ആ നേരം ഇനിയും നൊമ്പരപ്പെടാൻ കഴിയാത്ത ആറ്റയുടെ കുഞ്ഞുഗർഭപാത്രം, തളർന്ന് മയങ്ങിയ ആറ്റയെ ഉണർത്താതെ സ്നേഹത്തോടെ രക്തം ചുരത്താൻ തുടങ്ങിയിരുന്നു.

ആറ്റയുടെ അടഞ്ഞുതുടങ്ങിയ കണ്ണുകൾക്കു മുമ്പിലൂടെ, ചുറ്റും നിന്നവരുടെ നിസ്സഹായതക്ക് മുമ്പിലൂടെ, കുഞ്ഞിക്കണ്ണന്റെയും കേശു ഡോക്ടറുടെയും കിതപ്പുകൾക്ക് മുമ്പിലൂടെ ഒരു ചുവന്ന പുഴയങ്ങിനെ ഒഴുകി ഒഴുകി പോയി.